# மண் நிறத்தவன்

முல்லை முஸ்ரிபா

வேரல்
புக்ஸ்

வேரல்
புக்ஸ்

வேரல் புக்ஸ் வெளியீட்டு எண்: 47

மண் நிறத்தவன் * ஆசிரியர்: முல்லை முஸ்ரிபா * மஃரிபா மஃஸூர் © * கவிதைகள் திரட்டு * முதல் பதிப்பு: பிப்ரவரி 2023 * பக்கங்கள்: 152 * வேரல் புக்ஸ் * 6, இரண்டாவது தளம், காவேரி தெரு, சாலிகிராமம், சென்னை – 600093 * மின்னஞ்சல்: veralbooks2021@gmail.com * தொலைபேசி: 9578764322 * அட்டைவடிமைப்பு: லார்க் பாஸ்கரன் * லேஅவுட்: சந்தோஷ் கொளஞ்சி

Man Niratthavan * Author: Mullaimusrifa * Mahrifa Mahzoor© * Poems * First Editon: February 2023 * Pages: 152 * Veral Books * No: 6, 2nd Floor, Kaveri Street, Saligramam, Chennai – 600093 * Email ID: veralbooks2021@gmail.com * Phone: 9578764322 * Wrapper Designed by: Lark Bhaskaran * Layout Designed by: Santhosh kolanji

**Rs. 150**

ISBN: 978-81-960544-5-8

கவிஞர் அமரர் சு. வில்வரெத்தினம்
அவர்களுக்கும்

நெற்றி மண் கவிதை
நினைவுகளுக்கும்

## மண் நிறத்தை எழுதுதல்

நிலம் நீக்கப்பட்ட மக்களின் வதைபட்டுச் சிதைகிற வாழ்வின் மீதான கவிதைகள் ரணமும் ரத்தமுமாக மனப் பரப்பெங்கும் விரவிக் கிடக்கின்றன. தொண்ணூறுகளில் எழுதத் தொடங்கிய எனது மனத்துடிப்பின் பிரதிதான் இந்தக் கவிதைகள்.

என் விரல்கள் பிசைந்தெடுத்த மண்ணின் சொற்களினாலான இந்தக் கவிதைகளில் என் காலத்தின் குரல் ஒட்டிக்கிடக்கிறது.

அவ்வப்போது நான் எழுதிய கவிதைப் பனுவல்களை வெளியேற்றப்பட்டோர் இலக்கியமாக அல்லது இடப்பெயர்வு இலக்கியத்தின் ஒரு கூறாக இலக்கியப்புலத்திற்குத் தந்து வந்திருக்கிறேன்.

மூன்று தசாப்தக் கவிதைகளின் திரட்சியான மண் நிறத்தவன் கவிதை இப்போது வேரல் பதிப்பாக வருவதில் மிகுந்த மகிழ்ச்சி. இந்தத் தேர்வுக் கவிதைகள் எனது வாழ்வனுபவத்தின் ஒரு வெட்டு முகம் அல்லது வேர் நீண்ட காலடி.

இந்தப் பிரதிக் கவிதைகளில் எனக்குள் கருவுற்று வந்த மொழியின் தொடக்க கால வடிவமே தெரிகிறது. இந்த வடிகால் வழியே ததும்பும் உட்பொதிந்த உணர்வே என் கவிதை அடையாளம்.

தோழர் லார்க் பாஸ்கரனுக்கும் வேரலுக்கும் வார்த்தைகளால் மட்டற்ற அன்பும் நன்றியும்.

வாசகர்களுக்கு மண் நிறத்தால் ஒரு பூச்சூடல்.

அன்புடன்
முல்லை முஸ்ரிபா
*2023 ஜனவரி 01*

# உள்ளடக்கம்

| | | |
|---|---|---|
| 1. | பிரிவின் புரிவு | 9 |
| 2. | மகா துயரழிக | 11 |
| 3. | மையித்தின் புலம்பல் | 13 |
| 4. | இன்னும் கொஞ்சம் உயிர் வாழும் கனவு | 15 |
| 5. | வித்தியானந்தாரிகளுக்கு | 17 |
| 6. | கிட்டிப்புள்ளு விளையாட்டு | 20 |
| 7. | இளைய அகதிகளுக்கு | 22 |
| 8. | நிலவு மரம் | 25 |
| 9. | மழை குடித்த குடிசை | 27 |
| 10. | மாடு சப்பிய மனசாட்சி | 29 |
| 11. | உனதின் நான் | 31 |
| 12. | மீதம் | 33 |
| 13. | எலிக்கூத்து | 35 |
| 14. | சிறகிலெழுதல் | 38 |
| 15. | நினைந்திருத்தல் | 40 |
| 16. | குடை | 41 |
| 17. | பேய்கள் சப்பிய மாங்கனி மாதிரிப் படம் | 43 |
| 18. | வசமிழந்த உதயம் | 45 |
| 19. | வேர் நீண்ட காலடி | 47 |
| 20. | 'மயூரா' என்றாகி விட்ட நிஸ்மியாவுக்கு | 49 |
| 21. | இப்னு பதூதா இரண்டாம் கட்ட விஜயம் | 52 |
| 22. | உள்நுழையும் காற்று | 54 |
| 23. | நரம்பு சுண்டிய யாழ் | 56 |
| 24. | ஹயாத்தும்மா | 58 |
| 25. | கதிர்மீரா குளமும் கதியறியாக் கதை | 60 |
| 26. | இழப்பின் மீதான பாடல் | 62 |
| 27. | சபிக்கப்பட்ட தெரு | 63 |
| 28. | இருப்பின் அலைவு மீதான சொல்லாடலில் தோற்றுப்போன குரல்கள் | 64 |

| | | |
|---|---|---|
| 29. | ஜனியப்பிள்ளையின் பேரனின் பேரனுக்கு | 66 |
| 30. | கனவில் குந்தியிருந்து கதறியழுத கவிதை | 67 |
| 31. | சுயம் அழியும் இருப்பு மீதான சோகப் பாடல் | 68 |
| 32. | எல்லையற்ற வெளியில் கவிதைக்குக் காத்திருத்தல் | 70 |
| 33. | உயிரிழை மண் மீதான பாடல் | 71 |
| 34. | ஆக்கிரமிப்பின் நெடுங் கதை | 72 |
| 35. | மனமுடைந்த முட்டை | 73 |
| 36. | சுதந்திரம் | 74 |
| 37. | குரலற்ற பறவைகளின் விடுதலைப் பாடல் | 75 |
| 38. | எல்லாத் துயரும் கொண்டலையும் மௌனம் | 76 |
| 39. | நான் எதிர்ப்பிசைக் குருவி | 77 |
| 40. | புலனற்று சமைந்த கல்லாய் கிடத்தல் | 78 |
| 41. | ஆயிரத்தோராவது இறக்கையில் உயிர்க்கும் விடுதலையின் பாடல் | 79 |
| 42. | பறவையின் அவாவுதல் | 81 |
| 43. | புராதன அமைதியின் காலைக்குத் திரும்புதல் | 83 |
| 44. | தலைக்கு மேல் வன்முறை | 85 |
| 45. | இயல்பினை அவாவுதல் | 86 |
| 46. | துயர் கவியும் உயிர் மீதான பாடல் | 88 |
| 47. | இருள்வெளியும் நாளைய சூரியனும் | 89 |
| 48. | புதிய வேர்களால் ஆதல் | 90 |
| 49. | உயிர்ப்பு 1 | 92 |
| 50. | பூர்வீகத்தின் வசீகரம் | 93 |
| 51. | நித்தியமற்ற அமைதியின் பயங்கரம் | 95 |
| 52. | மனம் கண்டல்காடு | 96 |
| 53. | நிலமும் நில நிமித்தமுமான திணைக் கவிதைகள் ஐந்து | 97 |
| 54. | குழிவெட்டுபவனின் புராணக் கதை | 101 |
| 55. | பனிமொழியில் உறையும் பறவையின் நாளைய பாடல் | 103 |
| 56. | நான் எறும்புகளின் இனிப்பு | 105 |
| 57. | தூசு | 106 |

| | | |
|---|---|---|
| 58. | மேய்ந்து திரிகிற காடு | 108 |
| 59. | என்னைத் துரத்திய சாத்தானின் மரணம் | 110 |
| 60. | மனம் தேக்கக்காடு | 112 |
| 61. | என் மீது ஏவப்பட்ட பிசாசுகள் | 114 |
| 62. | எச்சங்களில் உயிர்க்கும் கவிதை | 116 |
| 63. | நசிவுகள் | 118 |
| 64. | கடலருகு ஊரிழந்த படகு நிலக்காரன் | 120 |
| 65. | இசைத்தல் மரத்துப் போன பியானோ | 122 |
| 66. | வன்முறையால் நிழற்றப்படும் பொழுது | 123 |
| 67. | வனாந்தரங்களில் பசித்தலையும் காதல் | 125 |
| 68. | கழுத்தை நெரித்துக் கொள்பவன் | 126 |
| 69. | துப்பாக்கிகள் வர்ணந் தீட்டுகின்றன | 128 |
| 70. | உயிர்ப்பு 2 | 129 |
| 71. | வனச்சிறகு | 130 |
| 72. | ஒரேயொரு மழை வெவ்வேறு நிறங்களில் பெய்கிறது | 131 |
| 73. | காற்றுக்கு ஒரேயொரு கலர்தான் | 133 |
| 74. | வீடு பெருத்தவன் பாடு | 135 |
| 75. | வனச்சொல் | 137 |
| 76. | கொல்லப்பட்ட சொல்லின் சாம்பலில் துளிர்த்தல் | 138 |
| 77. | முடக்கால் குத்தி நிமிரும் நம்பிக்கையும் இத்துப்போன காலமும் | 139 |
| 78. | பூட்டிக்காகம் | 141 |
| 79. | வனச்சிறகனைத் தின்ற பேய்கள் | 143 |
| 80. | பிலக்குடி | 144 |
| 81. | பதாதைகளிலுறையும் மூச்சுக்காற்று | 146 |
| 82. | அஸன்வளவில் வேர்மண்டிய ஈரக்காலடி | 147 |
| 83. | பொன் அந்தித்தெருவும் நான்கு திசையும் | 149 |
| 84. | ஒளிகொண்ட வார்த்தை | 150 |
| 85. | சோனியன் காலம் | 151 |
| 86. | ஒரு கோடிச் சொற்களின் சிறகு | 152 |

# பிரிவின் புரிவு

இத்தாலித் தெருவில் அலையும் என் நண்பனுக்காகவும்
இத் தியாக இருப்பை மீள் கொள்கிறேன்
எரிக்கும் பாலை வேரில்
பசுமை பூக்கும்
யுகத்தைப் பறிக்க
என் இருப்புக்குள்
நான் விதைக்கும் நம்பிக்கைகளுடன்
நாளைய பிரளயத்துள் வெடிக்கும்
எனதும்
அவனதும் பிம்பங்கள்

ஸ்னேகம் பரிமாறும் நேஸிப்புக்களின்
சின்னக்கால நினைப்புகளில்
இதயம் நனைந்து போக
கணுக்கேணித் தெருக்களில் காலாறப் போவோம்
நெஞ்சார நம் கதை கை கோர்க்க
அஞ்சிறகு விரிக்கும்
சிட்டுக் குருவியின் குதூகல ஊர்வலமாய்

சூர்யன் வெடித்து
அக்கினி துப்பிய அகோரப் பொழுதொன்றில்
நானும் அவனும் பிளக்கப்பட்டோம்
இப்போதைய தரிப்பில்
இத்தாலித் தெருவில் அலையும்
என் நண்பனும்
முகாமில் முடங்கும் நானும்
எழுது வரியில் மனஞ்சோராது
மௌனம் பரிமாறும் பாசப் பிணைப்பு

அமாவாசை இருள் அவிழ்த்த
இருப்பில் அகோரம் கூக்குரலிடும்
அந்திமக் கணத்தில்
இன்னுமின்னும்
ஷெல் சப்பித்துப்பிய சக்கை பூமியாய்

எனதும் அவனதும்
பிஞ்சு போன நெஞ்சங்களில் துளிரும்
பட்ட மரப் பசுந் தளிரலின்
தழுவலுக்காய்
வளர்தலுக்காய்
காத்திருக்கிறது காலம்

1995 ஜனவரி 01

## மகா துயரழிக

எமை உயிருடன் எங்ஙனம் புதைத்தீர்
தோழர்களே

எம் மண்ணின் சந்தோசத் துகள்களில்
ஒட்டியிருந்த எம் இருப்பை ஒடித்து வீசி

எமது ஊரின் உயிர்க் காற்றினில் கலந்திருந்த
ஜீவிதப் பிடிப்பை பிடுங்கி எறிந்து

இரு கண்ணென இருந்த எம் இருசாராரைப்
பிரித்தல் கருதி ஒரு
கண் தோண்டிச் சிதைத்து

எமை உயிருடன் எங்கு புதைத்தீர்
தோழர்களே

வாழ்வு அழுகி உக்கி இறந்து போன
தெங்கு மட்டையாய் நாம் எங்கு கிடந்து மாள
எமை உயிருடன் புதைத்தீர்
தோழர்களே

புதைத்த இடத்தினில் சிலிர்த்தல் இன்றிச்
சிதைந்தே கிடக்குது என் குடி நெடுகிலும்
அகதிப் பெருங்குழியில்

தோழர்களே
உறங்கும் உங்கள் விழிகளை விரியுங்கள்
செவிடடித்த காதுகளைத் திறந்தே கேளுங்கள்

நீவீர் புதைப்பிலிட்ட
அகதிப் பெருங்குழியிலிருந்து என் குடியின் ஒப்பாரி
குடில்களின் காற்றிடை ஒட்டியிருப்பது செவிப்பீரா

எம் குடியின் அவல முகங்கள்
குடிலின் முகப்பில் தொங்கியே கிடப்பது காண்பீரா

நாம் அழுத கண்ணீர்
உக்கித் துவண்டு கிடுகினூடு
வழிந்துருகி உறைவதனையும் உணர்வீரா

எம் குடில் வாசலில் வறுமை குழுமிக் குமுறுவதும்
அது
வயது மூப்பெய்திப் பெருமூச்சிடுவதும்
நீவீர் அறிந்திடுக

ஒரு வரலாறு
வரண்டு அழியலாம் எனினும் உம் மனசு அடி சுடும்
நிச்சயமொரு நாளில் நீருணர்க

புதைக்கப்பட்டவர்காள்
எழுந்திடுக
எமதுமான மண் மீளல் பற்றி
கனவுகள் பற்பல உமக்குள் உண்டெனில்

**1995 ஒக்டோபர் 3**

## மையித்தின் புலம்பல்

மறுபடி யானுன் குடில் புகுதல் தகுமென எண்ணி
புள்ளடிகளை அள்ளி எடுக்கையில்
நீ
இங்ஙனமே முகாம் இருளில் புதைபடுவாய்

பழைய பாய் சிறு கஞ்சிக் கலசம் கபன் துணி
ஒட்டுப் போட்ட சட்டையும் தேய்ந்த செருப்புமாய்

நெஞ்சறைந்து பேசவெனச்
சில்லறை வார்த்தைகளைச் செயற்கையாய்ச் செய்துன்
செவிகளில் செருகவுமாக வந்தேகினேன்
நீ
வரவேற்றாய்

கிழிந்த பாய் விரித்து முற்றத்தில்
ஒட்டிக் கிடந்துன் ஏழ்மை ஏற்பேன்
என் ஒட்டுப் போட்ட ஆடையின் தழும்பு தடவி
நீ சோகிப்பாய்

என் மனப்பையில்
நிரம்பி வழியும் மாயைப் பூக்களைப் பொறுக்கி எடுத்து
உன் மனசின் மேனி சூடி மகிழ்வாய்
பேதலித்து

நெடுகிலும் தான் உன் வீட்டிற் கஞ்சி
இன்று மட்டுமாக
உன் மனக் கலசத்தில் இருந்து
கஞ்சி அருந்துவேன் பரிமாறி

அலைந்து தேய்ந்த செருப்பு வாசலில் கிடக்கும்
இனி எக்காலம் உனைத் தேடி வருவதென

உன் போன்றோரது முகங்களுக்கு
நானே முகவரியென உன் நம்பிக்கை நீளும்

உன் ஊரும் உன் வீடும் உன் எல்லாமும் வசமாகுமென்று
காற்றிலோதி உன் கல்பில் பொறிப்பேன்
கணம் நீ ஆனந்திப்பாய்

உனக்காயே
என் ஆயுசு பரியந்தமென
கையோடு கொணர்ந்த கபனை விரித்துக் காட்டுகையில்
நீ கண்ணீர் விட்டுத் துடிப்பாய்
துடிதுடித்துப் புள்ளடி இடுவாய்
நான் வாழ்கவென

இப்படியேதான்
பழைய பாய் சிறு கஞ்சிக் கலசம் கபன் துணியுமாக
நெஞ்சறைந்து பேசச் சில்லறை வார்த்தைகளுமாய்
முகாம் முகாமாய் எழுந்தருளி
ஆறாண்டின் பின்னொரு நாளிலும் வந்தேகுவேன்

நீ
இங்ஙனமே முகாம் இருளில் புதைகவென

1996 பெப்ரவரி 06

(அகதி முகாம்களுக்கு வாக்கு வேட்டைக்காக மட்டும் வந்து போகும் அரசியல்வாதிகளுக்கு…..)

## இன்னும் கொஞ்சம் உயிர் வாழும் கனவு

பதினாறடி தான் நீளம்
அகலம் பத்து

இன்னுக்கொஞ்சம் அகட்டினால் என்ன
எண்ணும் போது
கிடுகுக் கணக்குத் தடைபோட்டது
அதுவுமன்றி அகட்டினாலோ நீட்டினாலோ
அடுத்த குடில் கதிசம்பு அன்றேல்
முன் வீடு மூஸின் எங்கேகுவர்

குடில் செறிந்த
அக்னி முகாம் வெளியில்
வேகிற்று ஜீவிதம் பதினாறு அடிக்குள் முடங்கி

கிழக்கு எல்லை குப்பி விளக்கேற்றி
குழுமிப் படிக்கவென
பழைய பாயென விரித்த புத்தகத்துள்
சிறுசுகள் புகுவர் விடியலை எண்ணி

வடக்கு மூலை அடுக்களைப் பாவனை
எப்போதாவது அது புகையும்
மூத்தவளின் மனசு எப்போதும் புகைவது போலன்றி

தொட்டிலில் ஒன்று ஒப்பாரி கேட்டுத் தூங்கும்
என்
கருத் தொட்டிலில் ஒன்று
எட்டிப் பார்க்கும் முகாரி கேட்டு முகாமில் எழ
இரு மாசமே உண்டு

நடுச் செத்தைச் சுவரில் சாய்ந்து
நானிருந்து அழும் பொழுதுகள் யார் அறிவர் மனசே

ஓரமாய் ஒருபக்கம்
நோயைப் பாயாக்கி
நொந்து கிடக்கும் தலைவா சொல்

நாளைய எமதின் பொழுது விடிய
என்ன தான் வழியுண்டு சொல்லிடு
எந்த என் ஜி ஓ வந்து
என்ன ஈயுமென்றும்
எந்த அரசு கொணர்ந்து
எதைக் கொட்டுமென்றும்
எத்தனை காலம் இருந்தோம் இங்ஙனமே

குடில் மேலுயர்ந்த தென்னையே
உன் ஈகையால்
இன்னும் கொஞ்சம் உயிர் வாழ்தல் தகுமாயிற்று
நடுச் செத்தைச் சுவரில் சாய்ந்து
நான் இருந்து
அழும் பொழுதுகள் நீ அறிவாயா

குப்பி விளக்கு இருள் படிய
தலை கவிழ்வேன்

எப்போ என் மண் விடியும்
சொல்லிடு மனசே

1996 மார்ச் 9

## வித்தியானந்தாரிகளுக்கு

வித்தியானந்தாரிகளுக்கு
விலாசம் தொலைந்தாலும்
விசுவாசம் தொலைக்காததோர்
இதயத்தில் இருந்து வந்தனம்

எல்லார் முகங்களையும்
நித்தம் மனக் கணினிப்படுத்தி
அடிக்கொரு பொழுது மனனப்படுத்தி

விசாரித்து விசாரங் கொண்டு அழுது
காலத்துயர் மீது துளிர்க்கின்றேன்
மறுபடி மறுபடி அரும்பி

விபுலாநந்தித்தன்று
வீற்றிருந்தோமே ஒரு குடைக் கீழாகி
என் அழுகையாற்றும்
உம் அரவணைத்தலும்
உம் சோகந் தீர்க்கும் என்
தோழமையும் கலந்தொரு குடைக்கீழாகி
காலவேரிற் சிதைவுண்டதனால்
விருட்ஷிப்பிழந்தே பிரிந்து போனோம் தூர

என்னினிய
வித்தியானந்தாரிகளே
இப்போதுகளில்
என்னையும் என் முகத்தையும்
முற்றாயுந்தான் மறுதலித்திருப்பீரா

இல்லையேல்
என்போல்
நினைந்துருகித் துயர் கொள்வீரோ

இன்றுகளில்
பலருங்களில் பாழாக்கப்பட்டிருப்பீர்
சிலருங்களில் காலத்தைச் செப்பஞ் செய்திருப்பீர்
கணங்கள் தோறும் அச்சத்தில் தோய்ந்தே

ஆயினும் இங்கே
நானும் சுற்றுஞ் சூழ்ந்து
வால் ஒடிந்த பட்டமாய்த்தான்
வாழ்வின் வெளிதனில்
தவித்து ஏங்குகிறேன் நிதம்

இனியவர்களே
இன்னுந்தான் படமிருக்கு என் நெஞ்சுள்

நாளை மறுநாள் ஒருநாள்
நானும் சுற்றும் சுமந்து என் மண்ணுக்கு வருவேன்
அழுகா என் வேரிலிருந்து
அழகாய் விருட்ஷித் தெழுதலுக்காய்

அப்போதுகளில்
உங்களின் தம்பியரும் தங்கையரும்

தளைத்தெரு புதிதாய் யுகம் செய்து
எம்மை என் செய்வரோ
ஏற்பரோ மறுப்பரோ
ஏற்று மறுப்பரோ

இனியவர்களே
இன்னுந்தான் படமிருக்கு என்
நெஞ்சுள் சிற்பமாய்

*காம்பில் நீவிரும் காம்பிழந்து நாமும்*
*வாடிப்போன பூக்கள் தான்*

*நாமும் மீண்டும் காம்புக்கு வருவோம்*
*செழித்துச் செழித்து மணந்தபடி*
*அப்போதுகளில்*
*நீவிர் விரிவீர்கள் சிரித்தபடி*

*என் வித்தியானந்தாரிகளே*
*எழுதுங்கள் சிறு வரி*
*என் மனசாற*

1997 **பெப்ரவரி** 04

## கிட்டிப்புள்ளு விளையாட்டு

சிறு குழியிட்டு
குறுக்காக நானும் நெடுக்காக நீயும்
ஒன்றித்தோம்
குட்டை என்பதனால் நான் புள்
நெட்டை என்பதனால் நீ கிட்டி

எதிர்பாரா வண்ணமாய்
எனை எத்தி நீ எறிந்தாய் நான் தொலைய
குறுக்காக நீ கிடந்தாய் எனதின் இடத்தில்

எனை எடுத்து உனை நோக்கி நான் எறிய
தொட்டுக் கொள்ள முடியாமல்
திக்கு மாறினோம்
ஆனாலும்
நீ எனை மீட்டு இடுப்பு ஒடிய வீசினாய் வெகுதூரம்

என் இருப்பு மீளா வகையில்
நீ இருந்து மறுத்தடித்தாய்
நான் அங்கு விரைந்து வர எண்ணி எத்தனிப்பேன்
நீ மறுக்க எத்திக்கோ விலகி நான் விழ என்
தொலைவு அளந்தாய் அடிக்கணக்காய் நீ உயர

மீண்டும் புறங்கையில் நீ புரட்டி என்னை
நீள் தொலை அறைந்தாய்
என் இருப்பு நான் மீளா வகையில்
நீ இருந்து மறுத்தடித்தாய்
காலாலும் தான்

குழியிடம் உனது என்று நீ காத்து வெல்லுகிறாய்
நான் ஒரு போது என் இருப்புத் தொடுவேன்

அடிக்க முடியாது
அடி அளக்க முடியாது
நீ திகைப்பாய் அப்போது

நான் என் ஊர் ஏகியிருப்பேன்

1997 **ஒக்டோபர்** 30

## இளைய அகதிகளுக்கு

என் இளைய அகதிகளே
வாருங்கள் வணக்கமென
அன்பே கூர்ந்து
வரவேற்று வழி செய்ய
நான் என் ஊரில் இல்லை ஆயினும்
வருக என்பதாகுக
நீவீர் முல்லைக்கு ஏகுக

என் இளைய அகதிகளே
நீவிர்
என் ஊருக்கு அகதியாகும் முன்
என் ஊரிலிருந்து அகதியானேன்
கேண்மை கொண்டே காலங்கள் நொடிந்து

ஆதலால் அறிவேன்
கதியிலியின் கணம் தோறும் துயர்
அறிகிலேன் அறிகிலேன்
ஏன் அகதியானேன் என்றும்
பின்
என் ஊரும் என் வீடும்
என் எல்லாமும் என் பூவும் கூட
என்னாச்சுது என்றும் அறிகிலேன்

இப்போதுகளில்
ஆயிரமாய்த் துண்டு துண்டாய்
அகத்தைப் பிய்த்தபடி துன்பக் கழுகு சிறகடிக்க
அகதி ஊரின் அல்லல் தெருவில்
அலைந்தபடி நானும் சுற்றஞ் சூழ்ந்தபடி

ஆதலால் அறிவேன்
கதியிலியின் கணம் தோறும் பெரும் துயர்

என் இளைய அகதிகளே
நீவிர் முல்லைக்கு ஏகுவீராயின்
நீராவிப்பிட்டிக்கே வருக
என் வீட்டில் வசிக்குக
சுற்றத்து வீடுகளில் எல்லாம்
சூழ்ந்தே குடியிருப்பதாக

முற்றத்து ரோஜாவிடம் என்
முகத்தைக் காண்பதாக
காலக்குண்டு துளைத்த
கவிதைச் சுவர்களில் என்
உள்ளத்தை வாசிப்பதாக
பள்ளிக் கூடத்து ஆலமர விழுதுகளில் என்
பாலியத்தை விசாரிப்பதாக

வாப்பாவின் வயல் வெளிகளில் என்
விலாசத்தைத் தேடுவதாக
நந்திக் கடல் அலைகளிடை எந்தன்
தத்தளித்து திரியும் இளமனசு தெரிவதாக
நீராவி பீலி தண்ணீரூற்று உண்டு
நீராடி நிதம் சுகம் பெறுவதாக

என் இளைய அகதிகளே
குண்டடித்த குழிகளில் விழாதபடி பார்த்து
குடியேறுக எங்கள் மனைகளில்
இதோ
கூரை பிய்ந்து ஒழுகும் மழையில்
குடில்களின் முகம் கரைந்து போக
கண்ணீரில் தொங்கும் விழிகளில்
வழி இழந்த என் உறவு குருடடிக்க

அகதி ஊரின் அல்லற் தெருவில்
அலைந்தபடி குடியேறி ஏழாண்டு ஒழிய

என் இளைய அகதிகளே
நீவிர் முல்லைக்கு ஏகி
நீராவிப் பிட்டிக்கே வருக
என் வீட்டில் வசிக்குக
சுற்றத்து வீடுகளில் எல்லாம்
சூழ்ந்தே குடியிருப்பதாகவென

வாசல் மர ரோசாவில் பூத்தபடி
வரவேற்றபடி நான் இருப்பதாக

1997 நவம்பர் 11

## நிலவு மரம்

பௌர்ணமித்துப் பௌர்ணமித்துப்
பார்க்குந் தோறும் மன விழி நிரப்பி
நிலவு பூத்த நெடுத்த மரம்

பச்சையோலை பர்தா நீக்கி
நாணிக்குமரிப் பௌர்ணமிகள்
காற்றோடு பேசும் பறியல் பார்த்து
நிலத்தோடு காதல் கொள்ளும்

விடி பொழுதுக் கதிர்கள் மேவி
நிலாக்கள் சிரிக்கும் குருத்துப் பற்கள் தெரிய
நிழல்கள் விரிக்கும் நீளுடல் நிரைநிரைத்து

நிலா மேனியில்
பாம்பு நெளித்தபடி இருத்தல் கண்டங்கு
நரம்புருகி மர அணில் எலி செவ்வண்டுந்தான் அணுகா
பௌர்ணமிகளின் கற்பழிக்க

சிலபோது இருட்டுக்கரங்கள்
தலை திருகித் திருடியெறிய
விலாசந் தொலைக்கும் நிலாக்கள்
வேரறுந்து அமாவாசிக்கும்

கரத்தை பூட்டி
நிலாக்கள் பொறுக்கி நிரப்பிப்பின்
குமரி நிலவு வெட்டிட வடியும் பாலிள நீர் பருகிட
இதயங் கூடிக்குளிர்த்திக்கும் செல்வம் மிளிர

பச்சை மேகம் காய்தல் கண்டு
விரல் நர்த்தனங்களாடி கூரையாக்கி
மயிர்க்கால் சிலிர்க்குமாறு குடலுருவிக் கால்கள் செய்து
காமட்டை வரித்து அழகிட்டு
கிடுகுச் சுவரில் குடிலெழும் எங்கணும்

நிலவு பூத்த நெடுத்த மரத்தின் நிழலிட்டு
வாழ்வு நெடுகிலும் நிலவும்
பௌர்ணமித்துப் பௌர்ணமித்து
பார்க்குந் தோறும் மனவிழி நிரப்பியபடி
நிலவுகள் பூத்தன நெடுத்த மரங்களில்

**1999 செப்டம்பர் 09**

## மழை குடித்த குடிசை

மழை பெருத்த மழையது
தாகந் தீரக் குடித்ததென் குடிசைதனை

கருங்கொண்டலிடித்திற்று முழங்கிற்று
பேரிரச்சலிட்டபடிக்கு வந்தேகி
குடித்துக் குடித்து தாகந் தீர்த்ததென்
குடில்தனை

யானுள்ளே குடி சூழ
வெறுமை போர்த்து மனம் அழறியவாறு
முற்றாயும் அழிந்து போதல் நிஜம் எனலாய்
புயலிட்டுப் பெரிதாயிற்று
பேய் மழை

குடில் உதறி வெளியேகி
குடிதனைக் காத்தலுக்காய்
குற்றுயிர்த்துப் பெயர்ந்து போயிற்றென்
ஜீவித வேர்

நினைவுக் கூரையது
வாயது பிளந்தபடியாய்க் கிடக்க
மனச் சுவரெங்கும்
நனைதலில்
எண்ணச் சிற்பிதங்கள்
கரைவன அன்றி நரைத்தன
கால நீட்சியில் மூழ்கி

இங்குந்தான்
பெருமழை ஓய்ந்த பாடில்லை
நனைதலும் கரைதலும்
இயல்பெனில்
நானும் சுற்றஞ் சூழ்ந்து
குந்தித் தலை கவிழ முடங்கி
முற்றாயும் அழிந்து போதல்
நிஜம் என்பேன்

இனியுந்தான்
என் இருப்பு மீளுமா
அன்றி மீறுமா

2000 ஜனவரி 05

## மாடு சப்பிய மனசாட்சி

கறுத்த நிறத்துப்
பெருத்த எருத்து மாடு

வெறுமை வெளிதனில் அலைந்தே
திரிந்து
கனத்த நாளாய்க் காத்தே கிடந்து
வேலி உடைத்துச் சிலபோது
வேலிமேலிற் பாய்ந்தேகி
தின்று தின்றே தீர்த்தது
பச்சைப் பசேலெனும்
நெல் வயல்க் குளிர்த்தி

பெருத்த எருத்து மாடு
பசி அடங்கா வெறி கொண்டே
அழுகிய பலாச்சக்கை
அழகிய படங்கொண்டு சமாதானச்
சுவரொட்டி

தளிர்விடும் சிறு கொடியுந் தின்றது
பின்
சேற்று நீரை உறுஞ்சிய படிக்கு
ஊறிக் கிடந்தது

ஒரு காரிருட் கணத்தில்
ஊரின் எல்லையிற் போய்ப் படுத்தபடி
அசைபோட்டது
தலையை அசைத்துத் தலையை அசைத்து
பின் எழுந்தே நின்று
சூரியனைப் பார்த்தவாறு
சாணம் பீச்சியடித்தது

இப்படித்தான் பலப்பல முறையும்
இளங்காலை நெல் வெளியாய்
விரியும்
நல் மனங்கள் தேடித் தேடியே
கடித்துக் கடித்துக் கர்மம் செய்தது
கறுத்த நிறத்துப்
பெருத்த எருத்து மாடு

வரண்டே போயிற்று
வயல்வெளி எங்கணும்

இலகு வேலி கடந்து
வெயில் வழியேகி
கட்டாக் காலிகளும் உட்பசித்தே திரிய
பாலை வனத்தபடி
கன்னங் கரிந்து சோலை வெளி
வெறுமை ஆயிற்று

இன்னுந்தான்
சிறு குருத்தும் தளிர்த்திடாதவாறு
தின்று தின்று தீர்க்குது
கருத்த நிறத்துப்
பெருத்த எருத்து மாடு

2000 மார்ச் 21

## உனதின் நான்

உனதின் காலடி மண்
அள்ளி எறிந்தாய் வெளியே

உனதின் சுவாசக் காற்று
மீளவும் அடைத்தே வைத்தாய் குறுக

உனதின் கரு மேகம்
கலைத்து விட்டாய் வேறு திசைக்கு

உனதின் நிலா
தேய்த்தே அழித்தாய் நிதம்

உனதின் இறக்கை
முறித்துப் போட்டாய் இறக்க

நான் யாரென்று புரியா வண்ணமென
இத்தனை காரியம் ஆற்றினை தோழனே

சுவாசிக்கக் காற்றின்றி மூச்சு அடைத்துக் கிடக்கவும்
கால் பதிக்க மண்ணின்றி அந்தரத்தில் தொங்கவுமா
வெளித்தூக்கி எனை எறிந்தனை

மாரியின்றி வரண்டும் நிலவின்றி இருண்டும்
எத்தனை காலம் அழியவென
இக்கருமம் நீ புரிந்தனை

பறக்க இறக்கையும் இன்றி
பாலையுள் வீழ்ந்து உயிர் கொதிக்கிறாயே

அறிக தோழா
இறக்கையென இயங்க
இன்னுந்தான் சம்மதம் எனக்கு
நீ மேலெழ

2000 **செப்டம்பர் 02**

## மீதம்

வா
மீண்டும் முகாம் இருளில்
முகமும் முகவரியும்
தொலையப் புதைவோம்

குடில் வாசலில் குந்தியமும்
வாப்பாவின் கன்னத்தில்
கண்ணீர்த் துளிகளாய் வழிவோம்

விடிவெப்போ என்று ஏங்கும்
உம்மாவின் மடியில் மறுபடி வீழ்ந்து
இன்னொரு தசாப்தம் பாரமாவோம்

முக்காடிட்டு மூலையில் முடங்கும்
மூத்த ராத்தாவின் நெஞ்சுட் புகுந்து
நெடு மூச்சின்
நெருப்பலைகள் ஆவோம்

எதிர்காலம் ஏதென்று அறியாது
ஏங்கி அலறும் நானாவின்
தோள்களில் ஏறிச் சுமையாவோம்

வா
இரத்தல் மட்டுமே
இருத்தலாய்ப் போன அகதி யுகத்தில்
கை நீட்டுதலில்
நம்பிக்கை வைத்தே வா

மீண்டும் முகாம் இருளில்
முகமும் முகவரியும்
தொலையப் புதைபடுவோம்

எங்கள் புதைதலில்
பூமி சிலிர்த்தே எழுந்து
எங்களுக்காய் ஸ்நேகம் பேசும்
என்றெல்லாம் எண்ணிப் பின் வீணாகி

எமக்கு இனி ஏது மீதமென்பாய்
அழகான எமது ஊரின்
அழியாத நினைவலைகளைத்
தவிர்த்து விட்டால்
எமக்கு இனி ஏது மீதம் என்பாய்

2000 ஒக்டோபர் 1

## எலிக்கூத்து

எலிகள் பெருக்கமாயிற்று
ஏதிலி முகாமின் உள்ளும் புறமுமாய்
தொடக்கத்தில் எலிகளே இல்லை
வீட்டில் இருந்து விட்டில்கள் பறப்புச் செய்தன

வெளியே வெளிச்சம் தேடுகையில்
சமூக விளக்கில் சிறகு எரிந்தும் கருகின சிலது
இப்போதில் எலிகள் பெருக்கமாயிற்று
முகாமின் உள்ளும் புறமுமாய்

ஓர் எலி
முகாமின் முகட்டில் ஒட்டியிருந்து
குடிகளைக் கொறித்தது கொஞ்சம் கொஞ்சமென
றெட்குரோஸ் கிடுகு போரூட் ஷீற் முதல்
பொதுக் கிணறு
கிணற்றின் வாளி வாளியினது கயிறும்
கக்கூசும் தின்று பெருத்தது தினந்தோறும்
மனசுகள் பலவுமாகக் கடித்துக் கந்தலாக்கிற்று
என் கவியும் கண்ணீர் உகுக்க

காட்டு எலிகள் சிலது கூட்டாளிகளாகி
கூட்டுறவுக் கடையில் ஒளிந்து
அரிசி பருப்புச் சீனி மூடைகளாய்த் தின்றன
முகாம் ஆட்கள் ரேஸன் காட்டுகள் மீதினில்
சீவியம் நடத்தின இருட்டில்

பேரெலிகள் பலது
புதிது புதிதாய்
மனிதத் தலைகள் செய்தன போலியாய்
செய்தெடுத்து
இல்லாத முகாமில் காட்டாத குடிலில்
குடியிருத்தித் தம் குடி பெருக்கின

ஏழாயிரம் எடுக்கவெனச் சில எலிகள்
கபுறு தோண்டிப்
புதைத்த மையித்துக்களையும்
புதிதாய் இழுத்து வந்து நிறுத்தின
கலியாணக் காசு கொறிக்கவுமாக
பலதாரமாய்த் தாலி கட்டின பல எலிகள்
முறை மாறியும்

என் ஜி ஓவுக்குள்ளும் எலிகள் கூடுகட்டி
குடியமைத்து
எஞ்சியதைப் புணர்ந்து கருத்தரித்ததில்
குஞ்செலிகள் பிறந்தன

கொன்ஸ்ரோடியத்தில் கூடி எலிகள்
கடிபட்டன அடிபட்டன
இரத்தம் ஊற ஊறப் பிரிந்தன முகாம்களை
இடையிடை
வெள்ளெலிகள் சிலதும் மெல்லெனத் திரிந்தன
நல்லன இயற்றி

ஐயோ பாவம்
எலிவளை கட்டிச் சில தர ஏதிலிகள்
எலி வளர்த்தனர்
எலி தின்று மீதத்தில்
தாமுஞ் சிவியம் செய்யலாமெனப் பசி கிடந்தனர்

எலிகளைக் கொல்லப்
பொறிகளைக் கொணர்க
பல்லிகள் சொல்லின எச்சமும் பீய்ச்சின

எலிகளைத் தின்று பூனைகள் பெருத்தன
பூனைகள் பிடித்து நாய்களும் பெருகின

ஆயினும்
எங்கணும் எலிகள் பெருக்கம் ஆயிற்று
அல்லலுறு முகாமின் உள்ளும் புறமுமாய்
நாய்கள் பூனைகளைக் குட்டி போட்டன
பூனைகள் எலிகளைத் தின்றன
மனசுகள் பலவுமாகக் கடித்துக் கந்தலாக்கின
என் கவியும் கண்ணீர் உகுக்க

ராச எலிகளும் மோசம் செய்தன
ஏதிலி எம் ஏக்கம் தீரா வண்ணமாய்
யுத்தம் பீய்ச்சின எம் தாய் முற்றத்தில்

எலிகளைக் கொல்லப்
பொறிகளைக் கொணர்க என்றவர்களே
எழுக

மெதுவாய்ப் பதுங்கி ஒரு சிற்றெலி
உம் மனப் பெட்டகத்துள் நுழைந்து
மென் கவிதைகளைக் கடிக்க முன்பாக

ஏதிலிகாள்
எலிகளைக் கொல்லப் பொறிகளாய் மாறுக
இன்றேல்
எலிகளின் கூத்து உமது உயிர் மீதும் நிகழுமினி

2000 நவம்பர் 05

## சிறகிலெழுதல்

முள் வேலியிற் பூத்திருந்து நீ
மெல்லெனக் கையசைத்தல்
சலனப் படமாக நெஞ்சுட் பரவ
என் சிறகு விரிவதாக

புண்ணியாரங்குளத்து
வயல் வெளிகளில்
சோடிக் குருவியாய்க் கூவிக் களிப்பதாக

நீராவிக் கரையோரத்து மின்னித் தளிர்களில்
பனி தீராது துளிர்வதாக

எங்கள் தோட்டத்துப் பனம் பாத்திக் கிழங்கின்
பீலியாய்ப் பிரிக்க மெதுமெதுத்து
மெல்லென மேல் எழுவதாக

பள்ளிக்கூடம் விட்ட பின்
ஓடை வழி ஏகி
செட்டிநாவற் பழத்தோப்பில் நா கனிவதாக

உன் வீட்டுச் ரோஜாச் செடியில்
நிதமும் நான் நிறம் மாறாமல் பூப்பதாக

நீ என் முற்றத்தில்
நிலாப் பொழிந்து பௌர்ணமிப்பதாக

முட் சிறைக்குள் முகம் சிவந்து
என் சிறகொடியச் சிறகொடிய

இப்போதுகளில்
என் வயலின் வெளி

வனாந்தரித்து விரிவதாயிற்றா
என் ஒற்றைக் குருவி
குரல் கிழிந்து செத்திற்றா

நீராவி ஊற்றடங்கி
மின்னித் தளிர் பனி உலர்த்திற்றா
அன்றேல்
அனலிற் கருகி வாடிற்றா
பனங் கிழங்கின் பீலியிலும்
துப்பாக்கி முளைத்திற்றா

உன் வீட்டு ரோஜாச் செடியில்
நிதம் கண்ணீர் பூத்திற்றா
என் முற்றத்தில் அமாவாசை
குடிசையிட்டுக் குழுமி அழுதிற்றா

முள் வேலியிற் பூத்திருந்து நீ
மெல்ரெனக் கையசைத்தல்
சலனப்படமாக
நெஞ்சுட் பரவப்பரவ
மீள் ஒரு பொழுது
நான் உன் திருமுகம் தேடி அலைவேன்

நீ
முள்குத்திய மனசோடு எங்கோ
முகவரி தொலைந்ததாக
காற்று எனக்குள் செய்தி தீய்க்கும்

யாம் இருவர்
உன் வீட்டு ரோஜாச் செடியில் அமர்வதும்
சோடிக் குருவியாய்க் கூவிக் களிப்பதுவும்
எவ்வண்ணம் என்றுருரைப்பாயாக

**2001 மார்ச் 22**

## நினைந்திருத்தல்

உன் குடிலில் நான் ஒதுங்க
எனக்கு நீ இடம் ஈய்ந்தாய் வரவேற்று

உன் ஒரு பிடிக் கவளத்தை
எனக்கு ஊட்டிப் பசி ஆற்றினாய் தேற்றி

உன் இன்னொரு உடுமானத்தை
எனக்கு அணிந்து அபிமானமும் காத்தாய் பத்திரமாய்

எனக்குள் துளிர்க்கும் கண்ணீர்
நீ துடைத்துத் துன்பமுந் துவட்டினாய் நித்தமும்

உன் மனத் தொட்டிலில்
நான் உறங்கத் தாலாட்டும் நீ இசைத்தாய் நீலாம்பரித்து

புத்தளத்து உத்தமனே
உன் குடும்பத்தில் இப்போ
நானுமாகிக் காலம் நீண்டு போக
அன்பு எனலாய் வாழ்வு இயற்றிக் கூடுவோம் குதூகலித்து

எப்போது ஒரு பொழுது
உனைப் பிரிந்து நான் என்னகம் ஏகினும்

நீ ஊட்டிய கவளச் சோற்றின் மீது ஆணை
ஈயாய்ப் பறந்து இனிப்பில்
மொய்த்திருப்பது போலவுன்
நினைப்பில் சூழ்ந்து இருப்பேன் நிதம் மிதமிஞ்சிய
நன்றியுடன்

2001 மே 05

# குடை

என்னிடம் ஓர் அழகான குடை இருந்தது
அதை நீ அபகரித்தாய்
நான் குடைக் கீழ் இருந்து வெளி ஏகினேன்

வெயில் எனக்கு அவஸ்தையாயிற்று
சூரியன் உச்சந்தலையில் குறியிட்டான்
அகதீ எனலாய்

ஆகாயம் இடித்து முழங்கி இறங்கிற்று
நானதில் நனைய வேண்டியாயிற்று
காயம்பட்டு

நனைதலும் காய்தலும்
இன்றென் இருப்பு என்றாயிற்று
என்னிடம் குடை இல்லாததால்

அன்றி
என் குடையிடம் நான் இல்லாததால்
பிரிவின் தவிப்பு விரிந்தாயிற்று

என்னிடமும் அழகான குடை இருந்தது
அக் காலம்
எழில் வண்ணக் குடையில் இருந்து
வெண் மலரன்ன உடை உடுத்து
பள்ளிக் கூட மேகினேன் துள்ளிக்
குதூகலித்து

குடையினின் குளிர்மை நிழலில்
குழுமிக்குடும்பமாய் வாழ்ந்திற்றோம்
மகிழ்வு எய்தி

நீ அதை அபகரித்தாய்
நாம் அதன் கீழிருந்து வெளி ஏகினோம்

இன்று பெய்யும்
பேய் மழையின் நனைதலில்
மன மண்சுவர் கரைந்து ஒழுக
எப்போ
இடிந்து விழும் என்
இருப்பைக் காத்திடல்
இனி எவர் வசமோ

என் ஊருக்கோர்
இராசா வந்தேகி
எனதின் குடை மீட்டுத் தருவரோ
ஆசிக்கிறது என் மனசு

2001 ஒக்டோபர் 20

# பேய்கள் சப்பிய மாங்கனி மாதிரிப் படம்

எல்லாத் திக்கிருந்தும்
பேய்கள் எழுகின்றன விரைந்து
கண்களை இறுக மூடி கொண்டு
அலறுகிறேன் உயிர் பதறுகிறது

பேய்கள்
என் கண்கள் குடைந்து
கண் மணியொப்பும்
மாங்கனி வண்ணப் படம் மீது வலம் வருகின்றன

பேய்கள்
கால்கள் இல்லைச் சுயமாய் நிமிர்வென நிற்க
காற்று வெளியில் அலைந்தே ஏகின
முகங்கள் இருந்தன
வெவ்வேறு நிறங்களில் விகாரித்து
கழிவு வாயுவைச் சுவாசம் செய்தே
வாசஞ் செய்தன

இதயம் என்பதே இல்லை
நெஞ்சு இருக்கும் இடத்தே வெறுமெனக்
குழிகள் உண்டு
குழிகளுக்குள்
பிசாசு தின்னிப் பண்டமாயின மாந்தர் தம்
எலும்புகள் முறிந்து
புள்ளடி வடிவத்தில் கிடந்தன
வெளி நீண்ட கோரப் பேய்ப் பற்களில்
அரைபட்டு அலங்கோலத்தில்

ஆறு ஆறு வருஷமென்று
வந்து போகும் பேய்கள்
கடந்த ஓராண்டிலும் குறுக வாழ்ந்தன

மாங்கனி வண்ணப் படம் சப்பவென
ஒன்று கூடின

ஒவ்வொரு திக்காய்க் குந்தியிருந்து
தின்னத் தொடங்கின
மாங்கனி மாதிரிப் படம் சப்பச் சப்ப
உயிர் உருகி வழிகிறது என் மனசுகள்

இனிய மாங்கனி போல் ஒரு படம்
சிதையச் சிதைய
கண்ணீர் சிந்திற்று ரத்தமெனச் சாறு

ரத்தச் சாற்றில் தொட்டுப்
புறா ஒன்று கீறிப் பறக்க விடுவதாய்
பேய்கள் பேசின

என்
கண்கள் குடைந்த வழி
உள்ளிருந்து
ஓராயிரம் வெண்புறாக்கள் மேலெழ வேண்டுமென
கனா இயற்றி ஆசிக்கையில்
செத்துப் புறாக்கள் கீழே வீழ்ந்தன
என் முகத்திலும் தான்

பேய் நகம் கீறிய வலிப்பில் இருந்து
வெண் துளிகள் வடிய
அதன் சிறு துளி என் கண்களில் விழவும் தான்
விழிக்கிறேன் விரைவென
பேய்கள் கூத்து முடித்துப் போகின்றன

ஆறு வற்சரம்
மீண்டும் அதேமாதியொரு
பிறப்பு எடுத்து வர எண்ணி

2001 டிசம்பர் 16

## வசமிழந்த உதயம்

உதயகுமாரர் வசமென
இதயம் ஈய்ந்து வரைந்தேன்
எனது திருமுகம் வாசிக்க வாசிக்க
தம் அகம் நொந்து அழுதனராம்

உதயகுமாரரே
எனக்கொரு பதில் எழுதினர்
எழுத்தில் என்னை அங்ஙனமே இழுத்தனர்

உன் வீடு பார்த்தோம் கூரை இல்லை
சிரசிழந்து நீ அங்கினை எத்தினை
ஆக்கினைப் படுகிறாயோ

முற்றத்து வாகையில் ஒரே ஒரு பூ
அது உனதின் முகமென அழகென மலர்ந்தது
முகாம் இருளில் நீ முகம் வாடி இருப்பாயே

மாமரத்துக் கிளைகளில்
நமதென ஆடிமகிழும் ஊஞ்சல் பாட்டு
இப்பவும் கேட்குதுன் குரலில்
அங்கும் உன் மழலையரின் முகாரிப் பாட்டு
முகாமின் முகட்டில் கேட்குமே

பின் வளவுத் தேக்கு மரத்தில்
பேய்ப் புலம்பல் கேட்குது ராவில்
அகதியாய்ப் போன விழியில்
இதய வலியால் மௌத்தாகிப் போன
உன் உம்மம்மாவினது என்றே
எம் அம்மம்மா சொல்லிப் புலம்புகிறா

உன் வீட்டுக் கிணறு
ஊறி வழிகிறது
எமதின் நெஞ்சமும்
உனதின் நினைப்பில் ஊறுவது போலென
வாளி போடாக் கிணற்றில்
செத்து நாறிக் கிடக்குது ஒரு கழுகு

பழைய முகங்களிற்
பல அழிந்து போயின
புதிதெனச் சில முகவரிகள்
முளைத்தும் உள்ளன
உப்பு வெளிக் கரையில்
உம் முகாமின் விலாசங்கள் போலென

நாமும்
ஒரு வகையில் மண்ணின் அகதிகள்
நீ மண் இழந்த அகதி போலென

அங்கு நீ
ஏதாவது ஒரு முகாமின் கிடுகுப் பொத்தலின் ஊடாக
வளர்பிறை வரவு பார்த்திருக்க
இங்கே
தேய்பிறையாய்ச் சுருங்கிப் போகிறது
எமக்கான ஜீவிதம்

2001 டிசம்பர் 18

## வேர் நீண்ட காலடி

காலடியை மேலிழுக்கையில்
ஆணிவேர் அறாவண்ணம்
வேர் நீண்டு கொண்டிருப்பது காண்

முந்தைய காலத்தின் பெரிசென
நிழல் விரித்தான விருட்ஷிப்பு இல்லையின்று

விருட்ஷத்தின்
உச்சக்கிளை ஒடிந்து உப கிளைகளும் கழன்று
இலைகளும் உதிர்கவென
உதிர்ந்த பின் ஒரு நாள்
திடிரெனச் சரிந்து விழ
பெருமரம் வெறுமரம் ஆயிற்று ஒரு கணம்

காலடியை மேல் இழுக்கையில்
காய்களும் கனிகளுமான கனவுகளுடன்
நினைவு வேர் நீண்டு கொண்டிருப்பது காண்
ஆணி வேரின் உயிரில் உறைந்ததான எமது உயிர்
எங்ஙனம் விடுபடும் அவ் அழகு மண் விட்டு

வேர்வழி உள் இறங்கிப்
பரிசோதனைகள் நிகழ்த்துகையில்
புரிதல் மிகும்
எப்போதோ காலடியில்
வானம் எனப் பரந்த
விருட்ஷிப்பு நிகழ்தலுறுதி வனமென

இடம் பெயர்ந்து போனது மரம் மட்டுமே
வேரன்று
வேர் அன்றிப் போனதால்
நிலை தடுமாறல் நிதமும் நீளமென ஆயிற்று

சாதுவாய் வீசும் தென்றலுக்கும்
தலை கவிழுது
சிறு கல் ஒன்றின் எறிபட
கலக்கம் கொள்ளுது
ஒட்டிவரும் கிளைகள் வெட்டி விட
கோடரி ஒன்று நீளுகையில் உள்ளம் குமுறுது
எல்லாம் வசதி ஆயிற்று
அந்தப் பெருமரத்தின் கீழ் இப்போ

அது பெருமரம்
வீழாது வீணில் வேறிடம் நிரப்பாது
மீளும்
மீளவும் பெயர்ந்து சொந்த வேரில் ஒட்டும்

ஒட்டுங்கால்
வேர் நீண்ட காலடி மண்
மகிழ்வு பூப்பதாக
மனவெளி எங்கணும்
நிழல் பரப்புவதாக
நிலவில் விரிவதாக
சூரியனைத் தொட்டு உயர்வதாக
மரமோடு மரமாகி
காற்றை முகர்ந்து சுவாசத்தை மீட்பதாக

அங்ஙனமே
வேர் நீண்டு கொண்டிருப்பது காண்பதாக

2002 ஏப்ரல் 10

## ‘மயூரா’ என்றாகிவிட்ட நிஸ்மியாவுக்கு

தோளில் திணவேற்றி நீ
நடை பயின்றாய் துணிவு மேவித் தோழி

உன் உதரத்தோரின்
வெளியேற்றப்பட்ட வாழ்வின் மீது சுட்டிச் சொல்ல
உன் உள்ளத்தின் உதட்டிடம்
ஒரே ஒரு வார்த்தையாகிலும்
எதிர்பார்த்திருத்தல் தகுமென எண்ணியிருக்கையில்

மண் மீதான தீராப்பற்று
வீட்டு முன் சுவரில் அழியா ஓவியமாக்கிற்று உன்னை

தோழி
கலவரங்களின் போது எங்கள்
செய்த்தூன்கள் காணாமற் போய்க் கொண்டிருந்த
கரிகாலத்தில்
நீயும் காணாமற் போயிருந்ததாய் ஊர் நீர் மல்கிற்று

துப்பாக்கிகள் வக்கிரம் பேசி
எமதான தேசத்தை
காவு கொண்டிருந்த அக்கினி ராத்திரியொன்றில்
நீயும் காணாமல் போயிருந்தாய்
துவக்கோடு

எங்களது மஸ்ஜிதுக்குள்
சுஜூதில் தியானித்திருந்த சிரசுகள் கொய்து
தம்
வீர வரலாற்றிற்கு மாலை சூடிக் கொண்டிருந்தவரின்
கறைப்பட்ட கைகளோடு
கைகோர்த்தே நீயும் போயிருந்தாய்
முந்தை நாள்

உதய சூரியனை ஈனுந் திக்கில்
எம் பெண்டிர் தம் நெற்றித் திலகம் கரைந்து அழிகையில்
நீ இனத்துவ உறவுக்கு
உதயம் எழுதும் கதிரானாய்
உன் அகவை ஒத்த சகோதரிகளுமாய்
இருப்பின் மீது பலவந்திக்கப்பட்டு
அகதி முகாம் தோறும்
அவலம் போர்த்திய அரிகண்ட காலத்தில்
நீ இருந்தாய் கானகத்துள்

சயனைட்டைத் தஸ்பீஹாய் அணிவித்தே
உன்னை அவர்கள் மயூராவாக்கினர்
பின்னர் செருமுனைச் சென்று
நீ மாவீரராகினாய்

உன் மண் மீதான தீராப்பற்று
நாம் உறைய முழுத்துண்டு நிலமற்ற எமது மண்ணில்
உன்னைத் துயில்வித்தது நிரந்தரமாய்

நீ அறிவாயா
எம் தேசத்தின் மீதான
எமதான விருப்பையும் இருப்பையும் பற்றித் தோழி

தோழி
உனக்கென்று கனவுகள் உண்டு
உனக்கென்று உணர்வுகள் உண்டு

உன் மண் மீதான
இரு கண் ஒப்பும்
உம்மாமாரையும் அம்மாமாரையும்
பராமரிக்கும் ஆவலிலா
முக்காடு கலைந்து அடவி புகுந்தாய் நீ

புறாவின் ஈரிறக்கையென இருத்தல் கருதிய
உன் கனவு கருகிடுமா தோழி

2002 மே 24

**(வன்னி முள்ளியவளையில் அமைந்துள்ள மாவீரர் துயிலகத்தில் மயூரா என்ற இயக்கப் பெயரைக் கொண்ட இப்றாஹிம் நிஸமியாவின் நினைவுப் படிகத்தைக் கண்ட போது...)**

## இப்னு பதூதா இரண்டாம் கட்ட விஜயம்

இப்னு பதூதா
இன்னொரு தயனம் வந்தெங்கள்
புத்தளத்துக் கரையில் கால் பதித்தனன்

ஸலாஞ் சொல்லி இன்மொழி பகரவென
இங்கொரு சக்கரவர்த்தி எம்மிடையே
இல்லாமை கண்டு கலங்கினன்

அன்றொரு சோனக மைந்தன் போரிடை வென்று
ஆரியச் சக்கரவர்த்தியாய் மிளிர்ந்த மண்ணில்

வேற்று மொழி அமைச்சர் இரு கரங்கப்பி அழைக்க
இப்னு பதூதா வீதி வழி ஊர்வலமேகி
ஐ பி யெம் இல் புரியா மொழிக் கலந்துரையாடலில்
சிக்கினன் சிறு கணம்

பெருக்கு மரமென விரிந்த தன் சந்ததி
உருக்குலைந்து போவது எண்ணி வருந்தினன்
பின்
புது அளமென இள மனககள் கொண்ட
பொது சனங்களின் விருந்தோம்பலில்
மூழ்கினன்

முன்னும் ஒருக்கால் பாவா ஆதமலையை
தரிசிக்கும் ஆவல் பூக்க
பரிவாரமோடு வந்தவர் இன்று
தன் சமூகம்
போரின் வேரில் சிதைவுண்டு போவது கண்டு
கண்ணீர் சிந்த வந்தனன்

உப்பளத்தின் வெக்கை வெளியிலும்
தென்னந் தோப்புகளின் கீழாயும் தொடரென

சிறு குடில் எழும்பி
அகதி முகாம்கள் முளைத்தன கண்டனன்

அன்று போலத்தான்
மின்னேரி முந்தல் பிரதேசத்தில்
வந்து எங்கள் முகாமின் குடிலில் குந்தினன்

குந்தியிருக்கும் கால்
எரியுள் மூழ்கும் முஸ்லிம் ஊர்களில்
சேதி சுட்டு இதயம் கரிகினன்
விரட்டப்பட்ட முகாம் வாழ்வு குறித்து மனம் அழுது
ஏனை தேசங்கள்
அறியாச் செய்தி இது எனத் தன்
ரெஹ்லாவில் பொறித்தனன்

சங்கிலியனைச் சந்தித்து
எமைப் பிணைத்த சங்கிலியை
அறுத்தல் பற்றிப் பேசுவதாய் உரைத்தனன்

அன்று இரவு எங்களது குடிலில்
கண் அயர்ந்து
விழித்த போது எம்மோடு எம் ஊர் ஏகியிருந்தனன்
கனவில்

2002 ஜூலை 10

| | |
|---|---|
| **ஆரியச் சக்கரவர்த்தி:** | **இப்னு பதூதா இலங்கைக்கு வருகை தந்த போது புத்தளம் பிரதேசத்தை ஆட்சி செய்து கொண்டிருந்த இஸ்லாமிய சிற்றரசன்.** |
| **இப்னு பதூதா வீதி:** | **புத்தளம் கடற்கரை வீதியின் பெயர்.** |
| **ஐ பி எம்:** | **புத்தளம் நகரில் அமைந்துள்ள இப்னு பதூதா மஹால்.** |
| **பெருக்கு மரம்:** | **புத்தளத்தில் காணப்பட்ட பழமைமிக்க மரம்.** |
| **புது அளம்:** | **புது - அளம் - புத்தளம்.** |
| **ரெஹ்லா:** | **இப்னு பதூதாவின் குறிப்புப் புத்தகம்.** |
| **சங்கிலியன்:** | **யாழ். ராச்சிய காலத்தில் ஆட்சி செய்த சிங்கைச் செகராச சேகரன்.** |

## உள்நுழையும் காற்று

ஆரத் தழுவினோம்
மாரோடு மார் பிணைய
உன் தோளில் நான் சாய என் தோளில் நீ சாய்ந்து
பெருங் கணமென ஆரத்தழுவி நின்றோம்
நண்பா
எனதும் உனதும் மனசுகள்
சொற்ப மௌனத்துள் மூழ்கி எழுந்தன
வார்த்தைகள் நொடிந்து

உன் விழிகளுக்குள்
என் வாழ்வு பற்றியதான விசாரிப்பு நீண்டிருக்க
உன் வதனத்தில் இருப்பு வதங்கிய நெருப்பின் எரிவை
நுகர்ந்தேன் நானாக

உன் மூன்றாமவனும்
ஆழிப் பெருவெளியின் அலையிடை
அழியாச் சமாதி ஆயினன் எனவும்
அடுத்தவள்
குப்பி விளக்கில் வைத்தியராயினள் என்றும்
எங்களின் மூத்தாப் பூட்டி
அகதியாய்ப்
போன வழியில் மௌத்தாப் போனமையும்
சுகமற்று ஜீவிதம் கழிதலையும் குறித்து
கதை கதையாய்ப் பரிமாறினோம்

ஆரத்தழுவி நிற்கையில்
ஈருடல் ஒன்றாகி உயிர் ஒன்றிப் பழைய நினைப்பில்
நனைந்தோம் கரைந்து

ஒரு தசாப்தமாய் நீ

ஸஹர் நேரத்தில்
பக்கீரப்பா பாட்டுச் செவிக்காமையும்
எனக்குள் ஊற்றங்கரை நாதஸ்வரம் அழிந்தமையும்
இனி மீளும்

கோயில் மணியோசை இடை கலந்தொலிக்கும்
அதானின் ஒலி நீளச்
செவித்திருப்போம் சேர்ந்து

ஆரத் தழுவி நிற்கையில்
ஈருடல் ஒன்றாகி உயிர் ஒன்றிப் பழைய நினைப்பில்
நனைந்தோம் கரைந்து

உன் முற்றத்து இளங் காற்று வந்தேகி என்
மேனி தழுவி காதுக்குள் புதுச் சேதி பரப்பிற்று

பன்னிரெண்டு ஆண்டாய் அமாவாசை **அடித்த**
வானத்துச் சந்திரன் முழுசாய் முற்றத்தில் **இறங்கி**
எங்களின் முகங்களில் ஒளியேற்றினன்
வெள்ளை இன இள மேகங்கள்
இணைந்தேகிக் கருப்பாகின
பொழியவென எம் மண் ஈரம் பாலிக்க

இன்னும் பெருங்கணமாக
ஆரத்தழுவி நிற்கிறோம்

இளங்காற்றே என் இதயக் காதுக்குள்
இருத்தலுக்கான அழைப்பு விடுத்திற்று

இனிப் பிரிவில்லை என்பது உறுதியாயிற்று
எமக்குள்

2002 **ஜூலை 27**

## நரம்பு சுண்டிய யாழ்

நரம்பறுந்த யாழின் இசையென
உன் இரத்தல் பா
செவி படர்ந்திற்று

பசியை இசையாய் நீ இறக்கிய
வெய்யிற் பொழுதில்
அத்தனை சோடிக் காதுகளாலும்
முழுச் செவிடாய்
உன்னைக் கடக்கும் பெரும் வீதி

என் செவியிற் படர்ந்திற்று
உன் இரவுப் பா
உன் அருகு நின்ற கணங்களில்
என் நரம்புகள் மொத்தமும் உருகி

மன யாழின் கவிதை
காற்று வெளியும் கடந்து போயிற்று

உன் இரங்கற் பா
செவியாதோரைக் காணவொண்ணா
விழிகளுக்குள்
என்னை மட்டுமாய் அழைத்தாய்
குரல் கம்மிய யாழின் இசையாய்

என் நரம்பு சுண்டிய
நரை மண்டிய யாழே
அறுந்து போயிற்று அக்கணம்
என் மனம்

உன் செவியுறு யாழின் கனவுகள்
இனி எவரெவர் வசம்

ஓர் இசை இழந்த காற்றின் மரிப்பில்
ஒப்பாரி கேட்டபடியிருக்கிறது
நெஞ்சுள்
அப் பக்கம் நான் போகுந் தோறும்
எப்போதும்

என் நரம்பு சுண்டிய
நரை மண்டிய யாழே
நீ
காற்றில் எதை எழுதிச் சென்றனை

2003 மே 01

# ஹயாத்தும்மா

ஹயாத்தும்மா உனது மௌத்து
எனது ஆத்மாவைத் துயருறுத்திற்று

நீ நெய்த கனவுகள்
நெய்தல் அலைகளில் கரைந்து அழிகையில்
உன்னால் எய்த முடிந்தது
மரணம் மட்டுமாயிற்று

தாயே
மனம் தாங்காச் சோகப் பாடலை
காற்றினில் எழுதியே மறைந்தனையோ

உனது இனிய மகவு மீதான
தீராத அன்பைக் கலந்து
உனதான எதிர்பார்ப்பின் பின்னான
ஏமாற்றத்தின் ஏக்கத்தில் தோய்ந்து
கடத்தப்பட்டுக் காணாமல் போன
எம்மவரின் சுயத்தை அவாவி

எமது
கபனிடப்பட்ட வாழ்வு மீது
மனம தாங்கவொண்ணாச் சோகப் பாடலை
உந்தன் கடைசி மூச்சில் எழுதிச் சென்றனையே

உன் மௌனத்தின் கனவு தூசு மேடாயிற்று இப்போ

*தூசின் துகள்கள் ஒவ்வொன்றும்*
*எனதும் உனதுமான இயலாமையை*
*இயம்பி இயம்பி அழுதிற்று*

*ஹயாத்தும்மா உனது மௌத்து*
*எதனைத்தான் ஆயத்தமாக்கிற்று எம்மில்*

2003 மே 15

(31.03.2001 அன்று மூதூரில் கடத்திச் செல்லப்பட்ட தன் மகனின் இழப்புத் தாழாமல் 15.04.2003 அன்று நஞ்சருந்தி தற்கொலை செய்து கொண்ட தாயின் ஞாபகங்களுக்கு...)

## கதிர்மீரா குளமும் கதியறியாக் கதை

என் நிலத் துண்டையும் நீயுரிய
நெடுங் காலமும்
நிர்வாணமாயிற்று என் நிராயுதம்

என் கதிர்மீரா குளத்தை
உன் அப்பனின் அப்பனின் அப்பன்
அபகரித்ததாய்
என் வாப்பாவின் வாப்பாவின் வாப்பா
சொல்லி மாண்ட கதை
இன்னும் என் காதுக்குள்
பழுக்கக் காய்ச்சிய கோலாய் இறங்க
வதைபடுகிறது வாழ்வு நீளவும்

மீளவும்
ஐயாயிரத்துச் சொச்ச நாட்களின் பின்
இந்நாள் என் நிலத்தை அள்ளி
முகத்தில் ஒத்திச் சந்தோசிக்கிறது
பெருங் கணம் என் மனம்

பழைய குடிலின் முகட்டில் தொங்கிய
சிறு கண் வலையை மீட்டு
என் நந்தியுள் வீசியபடி
நினைவுள் மீள்கின்றன
பிறை படர்ந்த ராத்திரிகள்

என்னில் சிலர்
எஞ்சி நின்ற
தேக்கும் மா பாலா வேம்பும்
விளைந்த மண்ணின்; வேரறுத்து
தமக்குள் எல்லைச் சண்டையும் நிகழ்த்தி
எல்லாம் விற்றுத் தீர்ப்பர்
மண் மீளும் உரிமையென

அலை கவ்வும்
முல்லையின் முஸ்லிம் நிலம்
சில இலட்சங்களுக்குள்
தன் முகவரி தொலைக்க
காலற்று அந்தரத்தில் தொங்கும்
நெடுங்காலம் என் சந்ததி யுகம்

உன் பேரனின் பேரனின் பேரனால்
நீராவியும் பீலிக்கரையும்
தண்ணிமுறிப்பும்
தம் வசம் இழந்து போகும் கதை
என் பேரனின் பேரனின் பேரன்
சொல்லிச் சொல்லி மாளுவான் வருங்காலம்

கதிர்மீரா குளமும் கதியறியாக் கதை
காற்றில் அலையும் அப்போதும்

2003 **ஒக்டோபர்** 27

**(கதிர்மீரா குளம் - வடக்கில் முஸ்லிம்களின் பூர்வீகப் பிரதேசம்)**

## இழப்பின் மீதான பாடல்

மின்னிப் புதர் கவ்வ
நீராவியூற்றுத் தூர்ந்து போயிற்று

நீந்தி விளையாடிய விராலும் கச்சலும்
வாழ்வு இழந்த தவிப்பில் மூழ்கின

எனதும் நண்பனதும்
சிறு சோடிப் பாதங்களில்
சேறள்ளிப் பூசிய
ஒற்றையடி வழிப்பாடும் சிதைந்து அழிந்திற்று

என்றோ முடமான
நீராவி வித்தனின் ஒற்றைப் பனையில் உறையும்
செட்டை கழன்ற சிட்டுக் குருவியது கீதம்
காற்றில் சோகம் நிறைத்த வண்ணம்
இன்னும் மீதம் இருக்கிறது

மின்னித் தளிர் விலக்கி
நல்ல தண்ணீர் நான் குடிக்கும்
அச் சிறு ஊற்றுக் குழி
என் நெஞ்சுக்குள் தாகித்துக் கிடக்கிறது

2004 மார்ச் 22

# சபிக்கப்பட்ட தெரு

ஊரின் முகத்தில்
தூசியள்ளிப் பூசியபடி
உலாவுகிறது தெருக் காற்று

புள்ளடிகளைச் சுவாசிப்பதற்கென மட்டுமாய்
ஊருக்குள் நுழையும்
துர்க்காற்று திரும்பிய பிறகு
உயிர் உறிஞ்சப்படும் புழுவாய்க் கிடந்து துடிப்புறும்
உனது ஊர் பற்றி
யாரிடம் சொல்லியழ இயலும் நீ

வாயிலும் மூக்கிலும்
கண்களிலும் காதுகளிலுமாக
தூசிகளையே காவி அலையும் காற்றுத் தின்னிகள்
வாய் பிளக்கவும் கண் விழிக்கவும்
அதன் அதன் வழியிலிருந்து தூசுப் படலங்கள்
படர்வுறும்

இந்தத் தெருவை
நிறம் பூசிய புள்ளடிகளைக் கொண்டு நிரப்புவதாக
உறுதிமொழிகளும் உருக்குலைந்து
தூசாதல் கூடும்

இனி
கோலமிழக்கும்
உன் தெருவின் வரைபடம் குறித்து
யாரிடம் சொல்லியழ இயலும்
நீ
தூசு படரும் உன் வீதியை
சபிப்பதைத் தவிர

2005 **ஜனவரி** 15

## இருப்பின் அலைவு மீதான சொல்லாடலில் தோற்றுப்போன குரல்கள்

வேரோடு பிடுங்கி கையில் பற்றியவாறு அலைகின்றன
அந்தரத்தில் மரங்கள்
ஒட்ட ஒண்ணா மண் துகள்களில்
இருப்பின் மூச்சை எழுதிவிட்டு
உயிரற்றுப் போயிற்று பெரு விருட்ஷிப்பு
சோலையாய் சடைத்திருந்ததான
சீதளப் பக்குவமும் தொலைந்தது
பல்லாயிரத்துச் சொச்ச விசப் பற்கள்
நீட்டி எழுந்த கொடு விலங்கு
சப்பத் தொடங்கவும்
வேர் பிடுங்கி மரங்கள் வெளியேறின
மேலால் படர்ந்த மேகமும்
துயரம் பாடி தூர விலகிற்று

முந்தை நாளும்
வெளியேற்றப்பட்டதான மரங்கள்
சருகாய் சுருண்டு கிடக்கும் வெளியில்
மூச்சடைத்து விழுந்தன
பல நூறாயிரத்துச் சொச்சமாய் மரங்கள்

இன்றைய நாளும்
மரங்கள் பற்றியதான உரையாடலை
தொடங்கிற்று வெற்றுக் குரல்கள்

வாடிப்போகும் இலைகளுக்கு

பொலிசடித்து புதுப்பிப்போம்
என்றது ஒரு குரல்
கிளைகளை வெட்டி தழைத்தல் செய்வோம்
என்றது மற்றொரு குரல்
நிற்பாட்டி நீரும் பருக்கி நிம்மதி சேர்ப்போம்
என்றது இன்னொரு குரல்
பசளையிட்டு பசுமை கொணர்வோம்
என்றது மறுகுரல்

குரல்களின் உரையாடல் தொடர்ந்தது
மரங்கள் முனகின
இருப்பின் அலைவு மீது
சுட்டிச் சொல்ல வார்த்தைகளற்று
காற்றும் விலகியது

வேர் பற்றி உரையாட
எவர் உளார் எம் வசம்

2006 **ஆகஸ்ட்** 15

# ஜனியப்பிள்ளையின் பேரனின் பேரனுக்கு

மண்ணிண் நிறமற்று உயிர் கரைந்து அலைகையில்
வேரற்று வெறும் வெளியில் அந்தரிக்கும்
வாழ்தல் பற்றி சிந்திப்பதுண்டா நீ
பதினாறாம் ஐப்பசியும் பசித்திருக்கிறாய்
பிஞ்சு மண் பிடிச் சோறற்றும் நீராவி பாலின்றியும்
பலிதமாகுமா
ஜீவித குதூகலிப்பின் அவாவுகை உனக்குள்
எவர் எவரோ கூறக் கேட்டிருத்தல் கூடும்
புராணக் கதை போல தாயகப் பெருமையெனப் பூரித்து
வளர்பிறை வரவு காத்திருக்கும்
முகாமின் கிடுகு பொத்தல்களும் உக்கிற்று

உன் ஊருக்கேற்ற ராசா வந்தேகி
உனதின் பிறை மீட்டுத் தரற் கூடுமென
நீளக் கனவுதலும் தீய்ந்திற்று நெடுநாளாய்
வாப்பாவின் வாப்பாவின்
வாப்பாவின் வாப்பாவினுடையதுமான
வேர் நீண்ட காலடி மண்
அநாதரித்து திரிதல் குறித்து உனக்குள் உயிர்
சிலிர்த்திற்றா
எனின்
உன் பேனா அலகு தீட்டு
எதுவுமற்றவர்களின் குரலாய் எங்கும் பரவிக் கூவு
அடிவேரில் உறைந்ததான உயிர்மை
எங்ஙனம் விடுபடும் அவ் அழகு மண் விட்டு

**2006 ஒக்டோபர் 20**

**(ஜனியப்பிள்ளை: முல்லைத்தீவின் பூர்வீகக் குடியாள் ஒருவரைக் குறிக்கும் பெயர். நீராவி: முல்லைத்தீவு தண்ணீரூற்றிலுள்ள நீரோடை)**

# கனவில் குந்தியிருந்து கதறியழுத கவிதை

கனவிலும் அலைகிறேன்
அடைய முடியா வாழ்வின் ருசிப்பை
பருகக் கிடைக்காத் தகிப்பில்
அலைந்துழல்கை தொடர்ந்திற்று

கனவின் ஓரத்தில் குந்தியிருந்து கதறியழும்
வினைஞனைக் காணுகிறேன்
அவாக்கள் சிதறி விழ அவன் முன்னால்
வறண்டு கிடக்கிறது நந்திக் கடல்
தோளில் போட்ட அத்தாங்கைத் தேடுகிறான்
முகத்தில் நினைவுதலை அறைகிறது நந்திக் காற்று
காற்றில் அள்ளுண்டு என் கனவுகளும் அலைகிறது

வரம்பின் ஓரத்தில் குந்தியிருந்து கதறி அழும்
வினைஞனைக் காணுகிறேன்
ஆசைகள் நொருங்க அவன் முன்னால்
பரந்து கிடக்கிறது
தண்ணிமுறிப்பு வயல்வெளிக் காடு முற்றி
கலப்பையைத் தோளிலிருந்து இறக்குகிறான்
ஏர் பூட்டிய எருதுகள் காணாமல் போயின
முந்தை நாள் சுவடுகளும் தேய்ந்து அழிந்திற்று

அவனது உழைப்பு நிலத்தை
துவக்கேந்திகள் உரித்துக் கொண்டிருக்கின்றனர்
வலியில் துடிக்கிறது வேர்வை நிலம்
அடைய முடியா வாழ்வின் ருசிப்பை
பருகும் தகிப்புடன்
அவன் மனதில் படிந்த துயர்தலின் நெடி
எனக்குள் நுழைய கனவு பெருக்கிறது

2006 ஒக்டோபர் 27

## சுயம் அழியும் இருப்பு மீதான சோகப் பாடல்

காணாமல் போய்க் கன காலமாயிற்று
மாடு
தேடிப் போன பழைய நாட்குறிப்பில்
காலடித் தடமும் அழிந்திற்று

பூக்குளம் வற்றி
புற்றரையும் வடிவிழந்திற்று
கால்களில் வலியேற வலியேற
அலையும் பொழுதுகளில்
மாடு கறந்த பாலினதும்
அது பீச்சிய சாணத்தினதும் வாசம் மட்டும்
காற்றிலும்
என் கவிதைகளிலுமாக எஞ்சிற்று

காணாமல் போய்க் கனகாலமான
மாட்டினது கதறல் ஒலி
எங்கிருந்தோ கேட்பதாக
கனவுகளில் நெடுகவுமாகக் கண்டாயிற்று

காத்திருந்தும் காலம் கனக்கவாயிற்று

தேடிப் போன வெறும் வெளி இடத்தில்
இப்போது
மாடுகளின் காலடிகள் நிரைகின்றன
குளமும் பூக்களால் குதூகலிக்க
புல்வெளியும் புதுசாய் வசந்தம் இசைக்கிறது

*காணாமல் போன மாடு மட்டும்*
*இன்னும் வந்தடைவதாய் இல்லை*
*மீளவும் தேடுவதாயும் இல்லை*

*பழகிப் போயிற்று*
*இழப்புகளும் அது தரும் இடருமான*
*இருப்பு*

2006 **நவம்பர்** 04

## எல்லையற்ற வெளியில் கவிதைக்குக் காத்திருத்தல்

சீதளித்து குதூகலிக்கிறது குறும் நேர மனசு
உனதான குலாவுகையின் ரீங்காரிப்பில்
இதழ் இமயமானது ஆயுசு
ஆயுசு பரியந்தம்
சிறகசைப்பினது மெல்லிய காற்றதிர்வில்
தேனென பிரவாகிக்கிற ஆவல் அதி மீதம்
மீதம் வையாதே உறிஞ்சிடு
நீ
வளைய வரும் நினைவுள் தோய்ந்து எழுதலும்
பனி துளிர்வுறும் ஈரலித்தலில் இதயம் கசிவதுமாக
அதி வசந்தமாயிற்று சிறு பொழுதும்
பொழுதும் விரியும் செடியினது ஆழ் விதையிருப்பின்
மீது
சிறுக சிறுக கனவு சாகரத்தில்
இனி வரும் கணமும் மகிழ் காண
ஆசிக்கிறது என் நேச மனசு
நீ
மறுபடி ஒரு கணம் மடிக்குள் வந்தமர்
மகரந்தம் முளை கட்டிக் காத்திருக்கு
மென் மனசு வரவு பாடி

**2007 பெப்ரவரி 17**

## உயிரிழை மண் மீதான பாடல்

களிமண் பூசித் தீத்தின திண்ணை
உம்மம்மாவின் உயிர் இழை உணர் கோடுகளின்
வரைபடத்தினது
ஈரம் உலரா முன்னம்
என் சுட்டு விரலில் வழிந்த உயிர் எழுத்தின் முதலி
நினைவுள் செதுக்கலென
மீள மீள என்னை மீளளிக்கும்

ஐயாயிரத்து சொச்ச அவலித்த நாள்களின் கழிதலில்
காணப் பெருங் கனாவுடன்
தொடங்கிற்று பயணிப்பு

முந்தைத் திண்ணையினது சிதைவிருந்தது
வீடு இல்லை
வீட்டினது ஆதி நிலமும் வசமில்லை
சகலதுமான வேலி தகர்த்தி உள் போனது மனது

ஆயிரம் கவிதைகளை தனக்குள் செதுக்கிய ஆத்மா
முதல் விரல் அட்சரத்தில் வீழ்ந்து உயிர் சிலிர்த்திற்று

முகாமின் இருளில் மௌத்தாகிப் போன
உம்மம்மாவின் மண் இழை ரேகைகள்
கபுறுக்குள்ளும் உயிர் துடித்திருக்குமே

2007 மார்ச் 22

## ஆக்கிரமிப்பின் நெடுங் கதை

துயின்று எழுந்தபோது
என் வீட்டில்
முஸல்லா விரித்த இடத்தில்
கையில் கீதையாய் பைபிளுடன் கிருஷ்ணர் இருந்தார்
அதிர்ச்சியில் கண்களை இறுக மூடினேன்
பார்வைக்கு வெளியே
ஏதோ அகோரம் நிகழ்ந்திற்று
மறுபடியும் விழித்தபோது
கிருஷ்ணர் இருந்த என் வீட்டில்
அரசமரம் கிளைத்தெழ
புத்தபகவான் பரிநிர்வாணமாய் இருந்தார்
நான் நிர்வாணமேக
கண்களைப் பொத்திக் குப்புற விழுகிறேன்
என் பிள்ளையின் பிள்ளையும்
பிள்ளையின் பிள்ளையும்
நிஷ்டையில் இருந்து எழுகிறபோது
அதே என் வீட்டில்
மீண்டும் யேசுநாதர் வீற்றிருப்பார்
சிலுவையில் அறையவும்
பைபிளில் புதைக்கவும்
கபனிடப்பட்ட தேசமாய்க் கிடக்கும்
என் உம்மத் மீது துளிர்த்து
மீள் எழும் சிறுபுல்

2007 நவம்பர் 12

## மனமுடைந்த முட்டை

முட்டை உடைந்து விடக்கூடாது என்பதில்
சொற்களைக் கவனமாகவே
அடுக்குகிறேன்
சொல்லும் சொல்லில் கிடக்கும் அட்சரமும்
தேனில் குழைந்தும்
பாலில் தோய்ந்தும்
ஈரலிப்புடன்தான் வியாபிக்கின்றன
பொழுதெல்லாம்
எனினும் உன்னிடம் உள்ள சொற்கள்
தேளாயும் அரவமாயும் எழுந்து ஆடுகையில்
என் முட்டை உடைந்து நஞ்சு ஏறுகிறது
தேனிலும் பாலிலும் சொற்களை அடைத்த
என் பரம்பரை இயல்பு
நாணம் ஏறி மௌனிக்கிறது
அத்தகைய மௌனத் தருணங்களிலும்
நீ
ஆயிரம் முட்டைகளை உடைத்து எறிகிறாய்
முட்டைக் கூடைகளைச் சுமந்து செல்பவர்களே
ஜாக்கிரதையாக நடவுங்கள்

அவன்
என்னை
வார்த்தைகள் அற்ற சடமாய்க் கருதுகையில்
என் மென் பஞ்சுச் சொற்களை இழந்து விடுகிறேன்
அறியட்டும் அவன்
என்னிடமும் வன் சொற்கள் உண்டு
எறிந்தால் பொசுங்கிடுவான்
எனினும் எறிவதில்லை
ஏனெனில் நான் மனிதன் என்பதனால்

2007 ஜூன் 20

## சுதந்திரம்

என் மகள் படம் ஒன்றை வரைகிறாள்
அது சூரியனாய் ஒளிர வேண்டும் என்கிறான்
மகன்
சந்திரனாய் குளிர வேண்டும் என்கிறாள்
மனைவி
நட்சத்திரங்களாக விரவ வேண்டும் என்கிறார்
உம்மா
மேகமாகத் திரள வேண்டும் என்கிறார்
வாப்பா
வானமாய் விரிய வேண்டும் என்கிறேன்
நான்
அது என் விருப்பம் என்றது
தூரிகை

2007 ஜூன் 27

## குரலற்ற பறவைகளின் விடுதலைப் பாடல்

பூர்வீகமும் இடிபாடாயான சுவடுகளில்
தொப்புள் கொடியும் அறா வண்ணம்
தொன்ம வெளியில் சிறுகக் கரைந்து
கரும் புள்ளியாய் படிகிறது மனசு
மனசு சிறு பறவை
உயிர்மை சொட்டும் இருப்பை மீட்க சிறகைத் தேடுகிறது
வேர் இழந்த கொப்புகளில் உறங்கும்
குரலற்ற பறவைகளின் கேவலைக் காவிச் செல்ல
சிறகுடையவனைக் கூவிற்று காலம்
பாங்கொலியும் கலைந்த
பள்ளிவாசல்களின் சிதைந்த மினாராக்களில் வீழ்ந்து
ஸஜூதீக்கிறது எல்லா வக்தும் நினைவு
காவு கொள்ளப்பட்ட குடிலின் அடியில்
சிறகடிக்கிறது சேய்க் குஞ்சென பால்யம்
சிறு பாதம் பதித்த முதல் மண்
எமதுமாய் உணர்வில் உறைந்திற்று வேர் நீள்கவென
பெயர் அறியாச் செடி ஒன்றும் வளர்ந்து
முள் நீட்டி பரவத் தொடங்கிற்று
பூர்வீகமும் இடிபாடாயான சுவடுகளில்
இன்னமும் உயிரொட்டி நிற்கும் மென் மனசு
விடுதலைப் பாடலை இசைத்தபடி
குரலற்ற பறவைக் குழாத்தின் கனவைச் சுமந்து செல்ல
சிறகுடையாரை அவாவுகிறது

2007 ஒக்டோபர் 10

# எல்லாத் துயரும் கொண்டலையும் மௌனம்

துயருள் மீளும் வாழ்தல் குறித்து
பேசுதல் தொடங்கா மௌனத் தருணங்களிலும்
ஈரம் அற்றுப் போகும் உயிர்ப்பை
கொஞ்சம் கனவு கொண்டாயினும் நிரப்பிக் கொள்
குடில் காவி அலைவுறும்
அவலித்த அட்சரங்களின் முடிவுறா நீட்சியில்
களித்திருப்பு கைகூடுதல் எங்ஙனம் சொல்
எல்லாத் துயரும் கொண்டலையும்
மௌன வெளியில்
எத்தகைய இலட்சியங்களைச் செதுக்கிற்று
துவம்சம் செய்யப்பட்ட உன் வம்சம்
வேரும் இற்றுப் போயிற்றதான பொழுது
வலிகளினால் அளவிடப்படும்
இற்றை வாழ்வு
நிறங்களால் அற்றது குறித்தாவது
சிந்தித்ததுண்டா
மனசே நீ
ஒரு மெல்லிய உறுதிப்பாட்டை
நெஞ்சுள் வரைதல் வேண்டும் என்றாவது
இரண்டாம் காற்று வெளி விரிகையில்
உன்னிடமும் கொஞ்சம் சிறகுகள் இருக்கும் என்றாவது

2007 ஒக்டோபர் 20

# நான் எதிர்ப்பிசைக் குருவி

முற்றத்து நிழல் வாகைச் சிறு குருவி
இசை பாடத் தொடங்குகிறது
துப்பாக்கியோடும் ரத்தவாடையோடும்
சூரியன் எழும் காலைப் பொழுதிலும்
குருவி இசைக்கிறது
இன பேதத்திலும் மொழி பேதத்திலுமூறி
நிலவு வழிகையில்
குருவியின் இசை காது கிழிக்கிறது
நட்சத்திரங்கள் சிலது உதிரவும்
வானவில் வர்ணங்களைத் தொலைத்து நிற்கவும்
குருவி இசைத்துக் கொண்டே இருக்கிறது
மேகந் திரண்டு மழை பெய்வதாகச் சொல்லி
வெள்ளத்தில் அள்ளிச் செல்கையில்
குருவி தனித்திருந்து குரல் நீட்டுகிறது
அதிகார சிம்மம் கர்ஜித்தலிலும்
அடக்குதலுக்குள் குஞ்சுகள்
மாண்டு போதலிலும்
குருவி குரல் கிழிந்து சாகாது
ஏனெனில்
நான் குருவி
எதிர்ப்பிசைக் குருவி

2008 ஏப்ரல் 05

## புலனற்று சமைந்த கல்லாய் கிடத்தல்

அதனது சொற்களும் அகோரம்
சப்பிப் பீச்சிய
கழிவின் நாற்றம் தாங்க ஒண்ணாது
என் செவிகளும் மழுங்கின
அவிந்த விழிகளால் தீட்சண்யம் கூர்கையில்
அதனது இலட்சியங்கள் பற்றியதான சேதி
வெறும் தூசாய்ப் படர்வுறும்
அது அதனது அதிகார வெளியை வரைகிறது
அதன் கீழ்
புலனற்றுச் சமைந்த கல்லாய்க் கிடத்தல்
சாத்தியமற்றது எனக்குள்
இன் சொல்லும் அற்றதான அதனது குரல் குத்தி
வடுவுற்ற மென் நெஞ்சு
பொத்தியே வைத்துள்ளேன் குறுங் கணம்
வரண்ட சிறு பயிர்களையும் கவ்வி
தன் உருப் பெருத்தலில் அக்கறைப்படுகையில்
கடியுண்ட பயிர்களின் வாட்ட முகத்தை
எங்ஙனம் வரையாது தவறும்
என் மனம்
அசுத்தங்களையே வாரி அள்ளி
அகமும் முகமும் பூசி
வர்ணக் கனவு காட்டும்
அதனது அதிகார வெளியில் உருகிப் போகாத
புதிய இறக்கைகள் முளைத்தெழல் வேண்டும் இனி

2008 ஜூன் 01

## ஆயிரத்தோராவது இறக்கையில் உயிர்க்கும் விடுதலையின் பாடல்

சொற்கள் குற்றுயிர்த்த வறள் வெளியில்
என் விடுதலையின் பாடல் அலைகிறது
கடலை முழுதாய்ப் பருகிய
சிறு குருவியின் திமிரோடு
பழைய முகாமின் குடிலில் குந்தி குரல் மீட்டியது
சொற்கள் இளந்தாரித்துத் திரிந்த
நம்பிக்கைகளுடன் கைகோர்த்துப் பறந்தது முந்தைநாள்

சொற்கள் குற்றுயிர்த்த வறள் வெளியில்
வீடுகள் பொரித்த குஞ்சின் முற்றத்தில்
வேரிட்டுக் கூவியது பாடல்
தன் பேரனின் பேரனுக்கும்
வீடொன்று பொரித்து விட்டதாக
முந்தைநாள் முகாமில் முடங்கிய
கிழட்டுக் குஞ்சு சொல்லிப் பிரவாகிக்க
தலைகுனிந்து முறிந்து வீழ்ந்தது பாடல் விருட்ஷம்
மண்ணிண் தொப்புள் கொடியும் அறுத்து
புதிதாய் வேர் ஒட்டிக் கிளைத்தாய்
நிமிர்ந்த செடிகளிடம்
வேர் நீண்ட காலடியைத் தேடியதில்
தோற்றுப்போனது என் விடுதலையின் பாடல்

காற்றைச் சபித்தபடி காதைப் பொத்தி
முகம் குப்புறக் கிடக்கிறது பரம்பரை வெளி
ஆயிரம் இறக்கைகளுடன் தாண்டிப் பறக்கின்ற
என் விடுதலையின் புறா
பிஞ்சுக்கால் முளைத்த முற்றத்து மண் பிசைந்து
வீடு கட்டி மகிழ்வில் உறைகிறது
பல்லாயிரம் தடவையென
முகங்குப்புறக் கிடக்கும் பரம்பரை வெளியில்
மறுபடியும் சொற்கள் மரணித்துப் போயின

2008 ஜூன் 10

## பறவையின் அவாவுதல்

முரணற்ற இணக்கமான தருணம் ஒன்றில்
என் பறப்பு நிகழ்கிறது
சுற்றிலுமாய் சாந்தம் கவியும் குரல்களின்
அரவணைப்பில் தங்கி விடுகிற மனசு
நித்தியமாய் ருசிக்கிறது ஜீவிதப் பிடிப்பை
சலனமெதுவும் அற்றனவாய் முரண்பாடற்ற முகங்கள்
எங்கும் பிரகாசிக்க
அவற்றில் இடையிலான அவாவுகையில்
சுகந்திக்கிறது புன்னகை வெளி நெடுகிலுமாய்

முரணற்ற இணக்கமான தருணத்தின் மீது
ஒளி பரவ
என் பறப்பு தொடர்கிறது
மிக அபூர்வமான காற்று வெளி எழுந்து
மெதுமெதுவாய் விரவ
உள் நுழைகிறேன்
வாழ்வின் மீதான பெரு விருப்பை
அள்ளிப் பருகிச் சந்தோஷிக்கவென்று
காற்றைத் தடவி இறக்கைகள்
மென் பஞ்சாய் விரிகின்றன
இறக்கைகளிலிருந்து உதிர்கின்றன
வெள்ளிநிறப் பூக்கள்

பூக்கள்
கொண்டுண்ட மென்தரையில்
புதிதாய் மனசு முளைத்து ஆத்மாக்கள்
உயிர்த்து எழுவதைக் காண்கின்றேன்

முரணற்ற இணக்கமான தருணமொன்றில்
என் பறப்பு மீள்கையில்
வேர் நீட்டிய காலடியில் தங்கிவிட
அவாவுகிறது என் மனசும்

2008 செப்டெம்பர் 07

## புராதன அமைதியின் காலைக்குத் திரும்புதல்

காலடியில் அமைதியைப் புதைத்து விட்டு
மேல் எழுந்து நடக்கிறது காலம்
காலத்தின் தூசடர்ந்து
நிறம் அற்றுப் போகிறது தின வாழ்வு
நிம்மதியைத் தொலைக்கும் கொடூரத்துடன்தான்
விடிகின்றன ஒவ்வொரு காலையும்
ஒவ்வொரு விதமாய்
ஒரு குருவியின் மரணச் செய்தியுடனோ
சூரியனின் சிதைவுடனோ

ஒரு கணம்
புராதன அமைதியின் மெலிதான பூ ஒன்று
சுதந்திரித்துப் பறக்கிறது
வண்ணத்துப்பூச்சி சிறகுகளுடன்
என் மனசில்
தனித்திருந்தபடி குதூகலிக்கிறது
புராதன அதிகாலையின் அமைதியை

அற்றுப் போய்விட்டதே
அன்பு கலந்தொரு அழகிய விடியல்
வயல் வெளியின் குளிர் காற்றாய்
உயிரை வருடி வசந்திக்கும்
காலைப் பொழுதின் வரைபடத்தை வரைகிறது
வண்ணத்துப்பூச்சிச் சிறகுகளாய் பூ
அமைதி நிரந்தரம் அற்றுப் போகையில்
புராதன அதிகாலையிலேயே தங்கிவிட

சித்தம் கொள்கின்றன
என் மனசும் பூவும்
வண்ணத்துப்பூச்சிச் சிறகுகளும்

நிகழ்காலச் சூரியனைச் சபித்தபடி
காலடியில் அமைதியை நசுக்கிவிட்டு
இரத்தச் சிவப்பாய் உயிர்க் காவுதலில்
விடிந்து தொலைகின்றன ஆயிரம் இரவுகள்

2008 ஒக்டோபர் 10

## தலைக்கு மேல் வன்முறை

அகோரப் பற்களுடன் வாய் பிளக்க
உயிர் பதற இழுத்துச் செல்லப்படுகிறேன் உள்ளே
எனக்கு ஒரு உலகம் பரிசளிக்கப்படுகிறது
காலூன்றவும் கனவுகள் வரையவும்
நிலமற்றதான பொழுது
தலைக்கு மேல் வன்முறையாக இறங்குகிறது
அதிகாரத்தின் உக்கிரம்

என் காதுகளிலும்
பொய்க்கால் முளைத்த ஊடகப் புரவி
புழுதி கிளப்பிப் பறக்கிறது
நாசித் துவாரங்களில் ஒட்டுகிறது
அதிகார வெளி அசுத்திகரித்த காற்று

குரல்வளையும் வெட்டுண்டு சிரசு தொங்க
கழுகுகள் புணர்ந்து பெருத்தன விலைவாசி
என் கண்களும் சிதைய
நான் வாசிக்கவும் நேசிக்கவும் அற்றுப் போனேன்
பிரவாகித்துப் பொங்கிடும் ஒரு வாழ்வை
இனியும்
புலன் அற்றுச் சடமாய் கிடத்தல்
விதியாயிற்று நெடுகிலும்
நிலத்துண்டும் இற்றுப்போன ஜீவிதத்தில்
வன்முறையாய்
அடுத்த தலைமுறைக்குப் பரிசளிக்க
என் கைகளில் திணிக்கப்படுகிறது
வாக்கோலையாய் பட்டோலை வாக்குச் சீட்டு

2009 பெப்ரவரி 04

## இயல்பினை அவாவுதல்

இரண்டு கால்களையும்
என் மென் மண்ணில் ஊன்றி
இரு கைகளாலும் வானத்தை அவாவியபடி
நிமிர்ந்து நின்றே இசைப்பேன்
நிலவு மீதான பாடலொன்றை
சொல்
உனதும் உனது எதிரியினதும்
நிராயுதங்களையே நான் அவாவுவதாய்
சொல்

ஆயுதங்கள் சம்பவிக்கும்
இடர் கவிந்த யுகத்தின்
குழியில் கிடத்தல் விதியாயிற்று
இற்றை வரைச் சவமாய்
குழியைச் சுற்றிலுமாய் சமவெளியில்
எனதும் மீள முடியாக் கனாக்களும்
இளமைக் கால ஓவியங்களும்
வாழ்வின் வர்ண நிறங்களும்
எலும்புக் கூடாயும் ஆவியாயும் அலைகின்றன
அவாவின் மீதத்தில்

சொல்
நான்
உனதும் உனது எதிரியினதும்
நிராயுதங்களையே அவாவுவதாய்ச் சொல்

நேற்றும்தான்
பேய்களின் கூத்துப் பரணியில்
தானும் இறக்கை கருகிச் செத்ததாய்
என் அயல் வீட்டுக் குருவி
கனவில் சொல்லிய இரவில்
எண்ணிக்கை அளவற்ற குருவிகள்
உயிரிந்து வீழ்ந்தன கனவும் கலக்கமுற

கிழட்டுப் பேய்கள் காய்ச்சிய கூழை
அள்ளி ருசித்துக் கொண்டாடின
சில கழுகுகளும் சிறகற்ற மரங்கொத்திகளும்
உயிர் ஈய்ந்து வீழ்ந்தன குருவிகள்
அவாக்களையும் ஓவியங்களையும்
வர்ணங்களையும் எங்கு பரவினவோ
சொல்
அவைகளுக்காகவும் கூவுகிறேன்

நான்
உனதும் உன் எதிரியினதும் எவனினதும்
எல்லாத் திசையினதும்
வெண்ணிறப் பூக்களையே
அவாவுவதாய்ச் சொல்

2009 மாரச் 22

## துயர் கவியும் உயிர் மீதான பாடல்

ஏழாயிரத்து சொச்ச தினங்களாய்
துயர் கவியும் பாடலொன்றை
இசைத்தபடி அலைந்தாய்
ஈற்றில் ஒரு நாள்
வறுமைக் கயிறு குரல் வளை நசுக்கிற்று
உன் கீதம் இறக்கையில்
சிறகுகள் கனன்று சிதிலங்களாகி
உணர்வுகள் வியாபிப்பதையும்
பாராமுகங்களில் அறைந்து உறைவதையும்
அகமுறுகிறேன்
உன் எதிர்ப்பிசையின் கீழ்
புயலும் அடங்கலாம் இனி
இருபதாவது அட்சரமாவது
உன் மகன் மண் ஏகுவான்
உன் துயர் கவியும் பாடல்
மெல்லிய புன்னகையுடன்
வெளி எங்கும் பரவுவதை அப்போது
அவன் கேட்டிருத்தல் கூடும்

2009 ஜூலை 16

**(கற்பிட்டி அகதி முகாமொன்றில் தூக்கிலிட்டு தற்கொலை செய்து கொண்ட தாயொருத்தியின் நினைவுகளுக்கு)**

## இருள்வெளியும் நாளைய சூரியனும்

முட் கம்பிகளினால் ஆனது
வாழ்தலின் எல்லை
அற்றைக் காத்திருந்த இலக்குகள் தொலைந்தன
உயிர் ஈய்ந்து வளர்த்ததான
சூரியனும் கருகிச் செத்திற்று
இருளிடம் கையேந்திப் பயன் என்ன இனி
காற்றிடம் கேட்கலாம் எனில்
அசுத்தம் ஏறி நாற்றம் அடிக்கிறது
திசைகளும் கண் பொத்தி மறைகின்றன
முட் கம்பிக்குள் சிறைப்புற்ற
வாழ்தலின் எல்லை விரிவது எங்ஙனம்

படர்வுறும் முட் கம்பிச் செடி
கிளைப்பது இல்லை துளிர்ப்பது இல்லை
காய்ப்பது இல்லை கனிவதும் இல்லை எனின்
குயிலாய்க் கூவித் தோப்பாகும்
கனவுகளும் அற்றுப் போக
குரல் கிழிந்து தொங்குகிறது
முட் கம்பி வேலிகளில்

முகாமில் என் பேரன்
சிறு துரும்பு எடுத்து
புதிதாய் சூரியனை வரைதல் கூடும்

அந்தச் சூரியப் புறா எழுந்து
வாழ்தலை பொழிதல் வேண்டும் இனி

2009 ஆகஸ்ட் 09
(வவுனியா அகதி முகாம்களில் இடருறும் வன்னி மக்களின் நினைவுகளுக்கு)

## புதிய வேர்களால் ஆதல்

தேசப்படத்தின் எங்கோ ஒரு முனையில்
தொலைந்துவிட்ட சிறு புள்ளி அல்ல
நீ இழந்தவற்றுள்
உன்னதமானது உனது ஊரும் ஊரினது நினைதல்களும்
நீரூற்றுப் போல

வெறுமையால் வெளியேற்றப்பட்டது
உனதான இருப்பு
உசுப்பி விடச் சிதறிய சருகுகளாய்
அள்ளுண்டு எல்லாத் திக்கும்
அலைந்துழல்வு தொடர்ந்திற்று
முடிவிலியாய் முகவரி அற்றதாயிற்று

நீ
எதிர்பார்த்ததே இல்லை
சோகங்களிலும் துயரமானது விரட்டியடிப்பு
இரு தசாப்தங்களாய்
இடர் கவிய வாழ்ந்து தொலைந்தாய்

நீ
எதிர்பார்த்ததே இல்லை
மகிழ்தலிலும் மகிழ்வாய் மீளமர்வு
சிறு குருவியாய் வந்தமர்கிறது
உன் மனசு சிறகடிக்க

கண் மூடித் திறப்பதற்குள் நிகழ்ந்தாயிற்று
நீ
கனவிலும்
கண்டிரா காட்சியது
உன்
பிரார்த்தனையில் வலிமை முன்
உன்னைத் துரத்திய புயல் அடங்கிற்று

மனசின் முளையில் துளிர்க்கிறது
புதியதொரு வேர்
மண்ணிண் வியர்வை ஊற்றி விளைந்தவனே
ஊர் போகும் ஆவலின்
கனவுகளும் ஆசைகளும்
எதிர்பார்ப்புகளும் கூர்கின்றன

ஊர் பற்றிய படத்தை வரையத் தொடங்குகிறாய்
உன்னைப் போல்
அவரவரிடமும் வரைபடங்கள் முளைக்கின்றன

எல்லா வரைபடங்களையும் கலந்ததொரு
புதிய வரைபடம் செய்தல் வேண்டும் இனி

ஓர் அமீரின் கீழ் ஒரே ஜமாஅத்தாய்
புதிய வேர்களால் ஆதலுக்காய்

நாளை பிறை விருட்சம் ஒன்று வியாபிக்கையில்
பூர்வீகத்தின் வேரும் பூரிக்கலாம் இனி

2009 **ஒக்டோபர்** 05

## உயிர்ப்பு 1

உம்மம்மாவின் கண்கள்
குழி விழுந்து பஞ்சையாயின
அருகிருக்கும் பொருளையோ குரலையோ
அடையாளம் காண முடிவதில்லை அவளால்
ஆனாலும்
ஆலடிச் சந்தியில் தொடங்கி
அதனது உயிர்ப்புச் சிதறாமல்
ஊரினது ஈர வரைபடத்தை
முழுதாய் கவ்வி இழுத்து வருகின்றன
அவளது முகத்திலும் அகத்திலுமான
உணர்வின் ரேகைகள்
என்
கண்களுக்குள்
வெளியாயின

2009 ஒக்டோபர் 20

## பூர்வீகத்தின் வசீகரம்

நிலமும்
நிலத்தின் மீது எழும் தீராக் காதலுமாக
அடர்வன இருள் பிழிந்து நடந்தேகுகிறேன்
இன்னும் ஈர விழிகளுக்குள்
ஆழ் விரிபடமாய் மண் மேவுகிறது
மனம்

நெடுந்தூசு எழுந்து அலைகிற காற்றிலும்
தேடுகிறேன் பூர்வீகத்தின் ரேகை
காய்ந்து சருகெழுந்து படர்கிற
வரட்சியின் கொடியில்
தளிர் ஈரம் பற்றியதான கனவுகள் பூக்கின்றன

மண்ணைக் கிளறுகின்றேன்
வேர் நீண்ட காலடியின்
ஆதிச் சுவடும் எழுந்து
என் நரம்புகளில் பொங்குகிறது
மேலும் கண்களுக்குள் அகல விரிகிறது
பூர்வீகத்தின் அதீத வசீகரம்
ஏழாயிரத்து அறுநூற்றுச் சொச்ச நெடுநாட்களின்
பின் ஒரு பொழுதில்
எனது சூரியன்
நீராவியில் முகம் கழுவிற்று

விடியலை அள்ளி முகங்களில் அப்பும்
முகமற்ற முகங்களில்
அழகு வழிந்தோடிற்று

அதி வண்ண நிறப்பூக்களும் நீயுமென
கனவுகள் என்னுள்
வியாபிக்கத் தொடங்கின

2010 ஜனவரி 01

## நித்தியமற்ற அமைதியின் பயங்கரம்

பூக்களால் மூடப்பட்டிருக்கின்றது பெரும் புதர்
பூக்களின் அழகிலும் அதீத வாசனையிலும்
உறைந்து போகின்றன புட்கள்
பூக்கள் மெல்ல வாடத் தொடங்கவும்
முட்களின் வேர்கள்
சிறகுகளைத் தின்னுகின்றன

அமைதி நிரந்தரம் இல்லையெனில்
அதன் உட்பொதிந்த பயங்கரம் குறித்தே
எப்போதும் துயரிக்கிறது காற்று

2010 ஜூன் 05

## மனம் கண்டல்காடு

அதி பொழுதொன்றில்
எங்கள் பூர்வீகத்தினுள் புகுந்தன கருங் குரங்குகள்
வேரோடிய நம் சுவடுகளை
அழித்தலின் வெறி
குரங்கு முகங்களில் வழிந்தன

குரங்குகளின் துவக்குகள்
எங்கள் வாய்களுக்குள் நுழைந்தன
சிறு குடில்களையும்
தம் பூக்கை மாலையையும்;
உதிர்த்து எறிந்தன

ஆதி ரத்தத்தில் பூரித்த நிலத்தின் மீதென
அராஜகக் கொடூரம் படரவும்
கண்களுக்குள் முள் ஏறிற்று

மீளவே முடியாச் சோகம் பெருந்துயர்
தீயிட்டதில் சாம்பலானது
மீள் குடியேறிய
நம் நம்பிக்கையின் அதி குரலும் தீய்ந்து

உரித்துக்களை உரித்து எடுத்து
உரியாணமாக்குகிறாய் நீ
பழைய மசூதியின் இடிபாடுகளிடை
மூச்சற்றுத் திரிகின்றன
நம் உணர்வுகள் திசையற்று
மனம் கண்டல் காடு
பற்றி எரிகிறது

2010 நவம்பர் 01

(2010.10.31 அன்று தீயிடப்பட்ட தம் பூர்வீகத்திலிருந்து துரத்தப்பட்ட கண்டல்காடு முஸ்லிம்களின் கண்ணீரின் வலிகளுக்காக எழுதப்பட்டது.)

# நிலமும் நிலம் நிமித்தமுமான திணைக் கவிதைகள் ஐந்து

### முல்லைத் தலைவி

அன்றிலிருந்து
தலை விரித்து அலைகிறது காற்று
போர் முற்றி வெடித்துச் சிதறிய
எச்சங்களிடை அந்தரித்துத் திரிகிறது
அதி காதல் பூத்த பூவரசின் நிழலில்
ஈர முத்தங்களால் தழுவிப் பிரிந்த காட்சியை
கண்களுக்குள் மீளத் தேடுகிறது

வினைமுற்றி மீளாப் பொழுதுகள் நீளினும்
உலர்ந்திழ
முத்தத்தின் அதி ஈரமும் துயரமும்

ஆயிரத்தோராவது கார்காலத்தின்
தேரோலிக்காகக் காத்திருக்கிறாள்
தலைவி

### கடல் பறை

தோளில் திணவேற்றி
தோணியை தள்ளினான் செம்படவன்
ஆழியுள் திசை நோக்கிற்றுப் பரவை
பரவை காணக் குதூகலித்தது தோணி மனம்

தோணியது நீர்க்கால்ச் சுவட்டில்
கல் எழுத்தாய் நீண்டது பெருங் கனவு

அம்மாறு எழுங்கால் கொதிப்படங்காச் செம்படவன்
சுக்கானை முறுக்கினான்
புயல் எழினும் தாழாத் தோணியது

திசைகளும் கூடி வியந்தன
அலைகள் அடங்கா வெளியில்
கரையில் பொங்கிற்று குருதி
தாழம்பூவின் வாசத்தில்
நஞ்சு ஏறிப் படர்ந்தது

கரைவலை இழுத்த பரதவரை
மூழ்கிற்று கடல் பெருந் திமிங்கலம்
எதிர்பாராக் கணத்தில்
கரை ஒதுங்கிற்றுத் தோணி
செம்படவன் மூச்சிழந்து கிடந்தான்
மாரடித்தது கடல் பறை

## உழத்திப் பாட்டு

ஏர் பூட்டிய கால்களாய்
களனி தோறும் விதைந்து திரிகிறான்
திறந்து விடப்படாத வாய்க்கால்களில்
சிந்திய கண்ணீரால் பெருக்கெடுக்கிறது
வயல்வெளி
வரம்பெறி இரவு பகலென அலைகிறான்
பசி ஆத்தப்பறந்த வயலான் குருவிகளும்
பதறி விழுந்து அந்தரிக்கின்றன
பொலிக்கொடியாய் உதிர்கிறது
அவன் மூதாதையர் வரைந்த வண்ணக் கனவுகள்

அதி கோடை நாள் ஒன்றில் அவன்
வரம்போரம் சுடப்பட்டுக் கிடந்தான்
கட்டாக்காலி மாடு போல
சுட்ட திசையில்
அதி பயங்கரத்தின் தடம் வேர் நீட்டியது

அன்றிலிருந்து
வயல்வெளியில் அந்தரித்துத் திரிகிறது
உழத்தியின் பாட்டு

## நந்தியாற்றுப் படை

பேரியாழின் மென் நரம்புகளாய்
நந்தி வெளி உயிர் மீட்டுகிறது
காற்றை வலித்து எழுகின்றனர் முல்லைப் பாணர்கள்
கண்களுக்குள் திசை எழுந்து நிற்கிறது
கலங்கரை விளக்கம்
இருள் கவிந்த தேசத்தை கழுவுமான
ரத்த நிறத்தில் விரிகிறது நந்திக்கடல்
பிறகும்
நசிந்து போன நரம்பின் குரலில்
முல்லைப் பாணர்கள் இசைக்கத் தொடங்கினர்
முள்ளிவாய்க்காலிலும்
கேட்கத் தொடங்கிற்று ஒப்பாரி

சூரியனை ஊற்றிப் பாடும் ஆவலில் பூத்த
ஆயிரமாயிரம் பாணர்கள் நந்தியுள் அழிகின்றனர்
நரம்புகளில் ரணம் சொட்டச் சொட்ட
மீண்டும் சிவக்கத் தொடங்கியது
மண் நிறத்தின் இசை

இனி எப்போதும்
முல்லைப் பெருவனத்திலும்
முடமாகிப்போன முகங்களிலுமாக
அலைந்து திரிகிறது பெருஞ் சோகம்

## கொடி நிலம்

நிலம் வேரோடி பாதச் சுவடுவழி
கொடி படர்ந்து விரிகிறது
நெஞ்சிலும் தொப்புள் கொடியிலுமாக
பூவும் காயுமென நினைதல்கள்

முள் கவிகிறது கனவில் நெடிதாய்

நிலத்தினது நிறக்கொடி
கொடிது
கால அடியில் கசங்குவது
அதனது இலட்சணங்களை வரைகையில்
மீளவும் கரைந்து அழிகிறது
எப்போது வெல்வது அதனது பறப்பு

கொடியேற்றிக் குதூகலிக்க
கம்பத்தின் நிழலில் அயர்ந்திருக்கும்
லட்சோப லட்ச விழிகள்
காலத்திடம் இரந்தன ஒரு சுபசோபனப் பாடல்

ஆடைகளை உலர்த்திப் போடுவது போல
வரலாற்றைக் காய விட்டிருக்கிறது காலம்
நிலக்கொடி
அதன் தொப்புள் கொடியில்
உயிர்க்கிறது
எதிர் காலத்தில் மீதெழும் தீராக் காதல்
வாகைப்பூ

2010 நவம்பர் 21

## குழிவெட்டுபவனின் புராணக் கதை

பால் முகம் வற்றாப் பால்யத்தில்
குழி தோண்டுகை தொடங்கிற்று
வித்து ஒன்றையோ கன்று ஒன்றையோ இட்டு
வளர்த்தெடுத்தலில்
ஒளிக்கீற்றாயும் வற்றா நீர் வார்ப்பாயும்
அவன் ஆதிக் கனவாய் இருந்தது

குழிகளில் நிரப்பியே
பெருவிருட்ஷ சமூகம் ஒன்றின் நிழலுக்கு
வேரோடினான் துடிக்கும் இளங்காலத்தில்

யௌவனத்தின் ஒளி
குழிவெட்டுபவனின் கனவுகளில் வழிந்தது

அகலித்த குழிகளில்
தன் சமூகத்தின் வலிகளையும்
துயர் கவிந்த காலத்தையும்
அள்ளிப் புதைத்திடல் வேண்டுமெனக் கூவினான்
அவனது குழிகளில்
அவனது அவா பொங்கிற்று
மதியம் கடந்த அட்சரத்திலும்
குழிகள் வெட்டும் அவன் ஓய்ந்திடவில்லை
மனசில் தழும்பேறி குழிகளாய் பெருகின
அவை பொறிக் கிடங்குகளாய் வளர்ந்தன
மேலால்
வாசம் பூசிய நச்சு வாரத்தைகளைப் பரவினான்

மேலும் பொறிகள் பெருகின
வதைபட்டுச் சிதைபட்டது
அவனின் ஆதிக் கனாச் சமூகம்

பாவம்
அவனுக்குப் புலப்பட்டதில்லை
வெட்டிய குழிகளில்
அவனது சுயம் நிரம்பி வழிவது குறித்து

2011 ஏப்ரல் 25

## பனிமொழியில் உறையும் பறவையின் நாளைய பாடல்

நான்
திசை புதிதாய் உந்திப் பறக்கும்
பறவை வானம்

ஈரம் சொட்டும் என் பாடல் மீது
நாளைக்கான புதிய அர்த்தங்களை
தேடல் தொடங்கிற்று காலம்

புராதன காலக் கல்வெட்டிலும் செப்பேட்டிலும்
ஓலைச்சுவடியிலும் புதிதாய் கணினியிலுமாய்
எனக்கான சிறகுகளைச் செதுக்கியே
பறத்தல் தொடர்கிறது

என்னை உயிர்த்த ஆதி மொழியும்
உறைந்து போயிற்று பழஞ்சாசனத்தில்

நான்
என்னை உயிர்த்து வானம் அவாவும்
இறக்கைகளை மீள வரைதல் தொடங்கினேன்
புதிய மெருகாய் இறக்கைகள் வளரவும்
பேனாவின் கூர்முனை துடித்தது

கல்வெட்டில் படிந்து கணினி வெளியில்
மின் எழுத்தாய் உந்திப் பறந்தேன்

வானம் விரிய என் சிறகுகள் நிறைந்தன
ஆதி வேரின் ஈரம் கிளைத்துத்தூவ
என் பாடல் மீது
மேலுமாக மலர்ந்தன
மொழிகளற்ற மொழியின் சொற்கள் பூக்களென

சொற்களைக் கொறித்து மீளவும் விதைக்கிறேன்
புதிது புதிதாய் அர்த்தங்கள் விளைகின்றன அடர்வனமாய்

நான்
திசை மேலும் உந்திப் பறக்கிறேன்
என்னில்
நான்களாகிக் கிளைத்து

2011 மே 10

## நான் எறும்புகளின் இனிப்பு

எறும்புகள் வெளிப்படத் தொடங்கின
புற்றுகளில் இருந்தும் சுவர் இடுக்குகளில் இருந்தும்
எறும்புகள் என்னை மொய்த்துக் கிடத்தலில்
பூரித்திருந்தன
பூரித்தல் கண்டு
மேலும் என்னில் எறும்புகள் பெருகின
செத்த எலியில் மொச்சம் பிடித்தவையும்
யாரோ கழித்த மலத்தில் குந்தியவையும்
அழுகிக் கிடந்த கனியின் நாற்றத்தில் ஊறியவையுமாக
எறும்புகள் என்னை நோக்கி மேலும் வியாபித்தன

நான்
இனிப்புச் சிறு துண்டாய்க் கிடக்கிறேன்
தமது லாவகமாய் என்னை நகர்த்தியே
மகிழ்ந்திருந்தன மேலுமான எறும்புகள்

சிறு கற்துண்டுகள் எறும்புக்கும் பயனற்று
சிதறிக் கிடக்கின்றன என்னைச் சூழவும்
எனினும்
எறும்பின் மகிழ்தலை ஆசிக்கும்
சிறு பருக்கை இனிப்பு நான்

2011 ஜூன் 27

## தூசு

தூசுகளாலான வாழ்தல் குறித்து
துவண்டு போகிறது
என் கவிதை மனசு

இன்னும்தான்
நேற்றைய தூசு படிந்த வெளியில்
புதிய தூசு அலைகிறது
யன்னலை விரியத் திறந்து கொண்டும்
கதவு இடுக்கில் சாவி கொடுத்தபடியும்
கூரையிலும் சுவர்களிலுமாக பழையபடி
கோட்டு ஓவியங்களை வரைந்து
கலர் அடிக்கிறது புதிய தூசுகள்

தாழிட்டு உள்ளிருக்கும்
சுழல் நாற்காலியில் வீற்றிருக்கும்
உயிர்ச் சிலையில் படிந்தன தூசுகளின் படை

சிலையின் உருவம் சிதைந்து போனது குறித்து
சிலையாகிப் போனது காற்று

முகங்களில் வளர்ந்த தூசுகள்

இறுக மூடிய கதவு இடுக்கிலும்
சாவித் துளையிலுமாக
படரத் தொடங்கின
கணம்
சிலை துடித்து எழுகிறது

உள் இருந்து அதிகாரத்தின் குரலாக
கர்ஜித்தபடி அலைகிறது
நான்

என் மனசில் மீளப்படிகிறது
புதிய தூசு

2011 **ஆகஸ்ட்** 09

## மேய்ந்து திரிகிற காடு

வனமெடுக்கும் என்சிறு காடு
மேய்ந்து மேய்ந்து அலைகிறது
மனசு
முன்னர் காட்டில் நுழைகையில்
மரமும் செடியும் கொடியும்
உயிரிகளுமாய் உலாவி இருந்தேன்
மேய்ந்து களைப்புற நிழல் இருந்தது
திரும்பி வரும் திசையும் தெளிவில் இருந்தது

மேய்ந்த பின் அசை போடப் பொருள் வளர்ந்தது
மேய்ந்து மேய்ந்து கொளுத்த பொழுது
பழுத்துத் திமிறிய இன் சுவையாய் பரந்திருந்தது மனசு

அது சிறு காட்டுக் காலம்
காடனாய் நான் கனவுற்றுக் கருவுற்றேன்
பின்னர்
வனமெடுத்தது அகல் காடு

காடுகள் வனங்களை ஈன்றன
வனங்கள் மகா வனங்களை காத்தன
காடுகள் காடுகளோடு முரண்டன
வனமெடுத்த ஒலிகளில் பயமுற்றேன்
வனத்திடை புதுத் திமிரோடு நிமிர்ந்தன
பெயரும் வேரும் புரியாத புது மரங்களும்
மரத்தடி நிழலுமென

நுழைந்த திசை தெரியாது உள் அலைகையில்
கண்கள் குருடின
இருட்டு நிறத்தை அள்ளிப் பூசி
கால்களும் இடறின

மேய்ந்து திமிறியபடி
வனமெடுக்கும் அகல் காட்டில்
துடிதுடித்துச் சாகிறது மனசு

2011 **ஆகஸ்ட்** 25

## என்னைத் துரத்திய சாத்தானின் மரணம்

வண்ணத்துப்பூச்சிகள் சிறகெடுத்தன
தேன் அருந்தும் நீல வண்டுகளும்
என்னில் மொய்த்து பறத்தலில் மிதந்தன
பூங்காவனம் இயற்றியது யெளவன நாட்கள்

நாட்கள் மீதெறி
என்னுள் புகுந்து வியாபித்தாய்
என்னை என்னால் வெளி எறிந்து
அதிகாரத் தொனி எடுத்தாய்

நீயே
கனவுகளுக்கு நிறம் ஊட்டுவதாயும்
கால்களுக்குத் திசை எழுதுவதாயும்
என் உணர்வுகளுக்குள் ஊர்ந்து திரிகிறாய்

என்னது அழகிய முகம் அழிய
நிறத்துக்கு நிறம் மாறும் வேறும்
முகங்களை அணிவிக்கிறாய்

நான்
சர்வமும் அடங்கி உறைய
எனக்குள்
காண்டாமிருகங்களையும் கழுகுகளையும்
திணித்து விட்டுத் திமிறுகிறாய்
சிலபோது
கரடிகளையும் கருங் குரங்குகளையும்
ஏவி விட்டு விடுப்பும் பார்க்கிறாய்

ஒரு
வெள்ளைப் புறாவின் சிறகு நுனியில்
ரத்தம் சொட்ட
உன் கூத்தின் அர்த்தப்பாடு குறித்து
காலத்திடம் இரந்து கிடக்கிறேன்
நான்

என்னைத் துரத்திய சாத்தானின் மரணம்
எனது காலடியில் நிகழ்கிறது

2011 டிசம்பர் 31

## மனம் தேக்கக்காடு

திரும்பவும் பற்ற வைக்கிறாய்
பற்றி எரிகிறது தேக்கம் காடு போல மனசு

காய்ந்து சருகாய்
தசாப்தம் ரெண்டில் அள்ளுண்டு
அலைந்து வீழ்கையில்
பூர்வீகத்தின் சிறு துண்டு நிலத்தில்
மீள வேர் பாய்ச்சும் துளிர்வாய்
மனம் புதைந்து இருக்கும் அவா மனசு நிறைய

முள்ளியவளை எனதின்
முகவரிச் சொல் மட்டுமல்ல
நான்
காற்றாயும் கனவாயும் கலந்து இருந்த மண் மடியும்

காய்ந்த சருகாய் வந்து வீழ்கையில்
வசம் இழந்து வதைவுறல் எங்ஙனம்

நம்பிக்கையும் தீய்ந்து எரிகையிலும்
ஆதித் துயர் கவ்விக் கிடத்தல்
இனிச் சாத்தியம் இல்லை

சொல்
புரிதலற்ற வன் காலத்தில் தானே
அவஸ்தைகளின் குழிகளில் நிரம்பி வழிந்தன
நமது நீள் உறவும் உரிமைகளும் உணர்வுகளுமாய்
வாழ்தல் என்பது அர்த்தங்களற்று

மீள் இணக்கப்பாடு
எனதும் உனதுமான எம்மவர் சந்ததிக்குமாக
எஞ்சியிருக்கும் பொழுதுகளையாவது
ஆதிவேரின் நம்பிக்கைகள் கொண்டு
இனி நிரப்புதல் வேண்டும்

2012 ஆகஸ்ட் 08

(பூர்வீக பூமியில் மீளக்குடியேறிய முல்லைத்தீவு முஸ்லிம்களின் தேக்கம் காட்டுக் குடியேற்றம் சில விஷமிகளால் தடுக்கப்பட்ட சம்பவத்தையொட்டி எழுதப்பட்டது.)

## என் மீது ஏவப்பட்ட பிசாசுகள்

என் மீது பெரும் பிசாசுகளை
ஏவி இருக்கிறது காலம்

விஷம் பூசிய வார்த்தை அம்புகள்
கொடுந் தேள் எனக் கொட்டுவதாயும்
ஆயிரத்துச் சொச்சம் கடும் விழிகள்
வஞ்சிக்கப்பட்ட சுலோகங்களோடு அலைவதாயுமான
பொழுதின் மீது
மீளவும் பெரும் பேய்கள்
குந்தியிருந்து குதூகலிக்கும்

கூழ் அடுதலில் பிசாசுகள்
புதிய பரணி பாடுகின்றன

என் அதி மௌனத்தின் மீது
அடுப்பு மூட்டுகின்றன
எனதான வினை ஆற்றுகையைக் கடாரம் இடுகின்றன
என் எண்ணங்கள் எத்தகையவை
என் நோக்குகள் போக்குகள்
எனதான காரியங்கள் காரணங்கள்
என் விருப்பின் மீதான வெறுப்புகளுமாக
கூழ் இடுகின்றன மனம் கொதிப்பாக

என்னைச் சுற்றியே எப்போதும் ஏவப்படுகின்றதான
பிசாசுகளின் கூத்து கூழில் பொங்கி வழிகிறது

என் உணர்வுகளை மதிப்பார் இல்லை

உன்னதங்களை நேசிப்பதற்கும் எவரும் இல்லை
வஞ்சனை பொங்க முகஸ்துதி சுயநலம் கலந்தொரு
பொங்குதலில் பூரிக்கின்றன பேய்கள்

கூழ் பொங்கல் இடும் பரணிப் பிசாசுள் அறியட்டும்
கூழில் சீழாய் வடிவது
பிசாசுகளின் கறைபட்ட கரங்களின் ரத்தங்களென

என் மீது ஆக்கிரமிப்பை நிகழ்த்தும்
பிசாசுகளே அறிக
மூட்டிய தீயில்
என் மனசு பிரகாசிப்பது பற்றி
அதன் அர்த்தங்கள் மேலும் பூரிப்பது பற்றி

2012 செப்டெம்பர் 16

## எச்சங்களில் உயிர்க்கும் கவிதை

என் மண்ணினது நிறம் அவாவி
சிறகு முளைக்கிறேன் விரியும் வெளியில்
ஆதித் தடங்களில் நீள்கிறது அழிவுற்ற சரித்திரம்
வீதிகளும் திக்குகள் தெரியாது
சுருண்டு மிரளுகின்றன

குந்திக் குதூகலித்த பராயத்துப் பெயர் அறியா மரங்கள்
கிளைகள் இழந்தன
முடம் பட்டுத் துடித்தன பூவும் காயுமான உணர்வுகள்

உள்ளே நுழைந்து இருத்தலில்
முகடொடிந்த வீட்டின் இடிபாடுகளிடை உயிர்த்தன
வேலிகளுமற்று எல்லை இல்லா முரண்களும் விதைத்தன

கிணறுகளும் தூர்ந்தன
அள்ளிப் பருகிய இளந் தண்ணீரின் சுவை
அடி நாவில் ஒட்டிக் கிடந்து துடித்தது
மீளவும் தகிப்பு

காடு மூடிய ஊருக்குள் முள் கிழித்த
கால்களில் வழிகிற ரத்தத்தில்
சிறகு தோய்த்துக் கவிதை ஒன்று முளைத்தது

இனியும் இழப்பதற்கு இல்லை
குஞ்செ‌ன அணைத்து எழல் அவா
தசாப்தங்களாய் ரத்தத்தில் மூண்ட ஊர்
என் கவிதை பட்டுச் சிலிர்க்கிறது

பல்லாயிரத்துச் சொச்சம் முடங்களோடும்
உயிரற்ற உயிர்களாய் எஞ்சியிருக்கும் நம்பிக்கையில் இருந்து
உயிர்க்கிறது நமதான எதிர்காலம்

மீளவும் மீளவும் பறத்தல் அவாவுகிறேன்
கனவுகளுக்குள் கிளைகள் பரவ
ஒவ்வொரு கிளையிலும் இலையிலும்
ஒவ்வொரு காயிலும் கனியிலுமாக
போய் அமர்கிறேன் ஊரின் வேரில்
என் கவிதை புதிதாய் சிறகு உயிர்க்கிறது

2012 ஒக்டோபர் 24

## நசிவுகள்

விழுதுகள் தொங்கும் விருட்ஷத்தின் நிழலில்
முற்றத்தைக் கிளறும் கோழியின் கால்களில்
நசிபடுகிறது சிறு ஆலம் பழம்

பின் வளவுப் பனந்தோப்பில்
மாடுகள் ஈத்துக் கிடக்கின்றன
பாணியூறிய பனம் பழங்கள்

முற்றத்துப் பூஞ்செடியில்
மல்லிகை உதிர்க்கும்
சுடு மணலில் தெருநாய் மிதித்துக் குரைத்துப் போகிறது

குழந்தைகளின் வண்ணக் கனவுகள் ஏற்றும்
வர்ணப் பட்டத்தில் ஒன்று
முள் நிறைந்த வேலியில் முகம் விழுத்தி
பறத்தல் இழக்கிறது

நேற்று ராத்திரி வரை பெய்த மழையில்
விளக்கைச் சுற்றிய ஈசல்
கூட்டமாய்
கணப் பொழுதுக்குள் செட்டை ஒடுங்கி வீழ்கிறது

யாரோ சுவைக்க
சாறாகப் போதலுக்காய்
ஆலைவாயில் சக்கை ஆகிறது கரும்பு

ஆலம்விதை
பனங்கொட்டை
மல்லிகைப்பூ
வர்ணப்பட்டம்
ஈசல்
சிறு கரும்புத்துண்டு

என் மனம்

2012 நவம்பர் 14

## கடலருகு ஊரிழந்த படகு நிலக்காரன்

ஆதி நிலத்தில் உயிரோடி வேர் மண்டி நின்றது
வாப்பாவின் வாப்பாவின் கிழப் படகு

நான்
படகு திருத்தி பரவை நோக்கும் புதுப் பரதவன்
கடல் இறங்க ஆவல் பொங்கினேன்

கோந்தப்பிட்டி எங்கும் பிறைத் தோணிகள் பெருக
தூரத் தெரியும் திசை தொட்டு இனி நிமிர்த்திடக் கனவுற்றேன்

ஆதி நிலத்தின் மீது உயிரோடி
மீள் எழுந்த பொழுது
என் படகு நிலத்தை நீ தின்றிருந்தாய்

எனது உயிர் மண் துணிக்கைகள் மேல்
உனது ஆக்கிரமிப்பின் கால் தடயம்
சிலுவைத் துண்டுகளாய் வேர் கொண்டது
சிலிர்த்துப் போயிற்று
என் இருப்பின் மீதான இழப்பின் பரிதவிப்பு

என்னைத் துரத்திய உனது வம்சத்தின்
சதி பொறுத்தே
துயர் அறியும் என் மனம்
எனதான நிலத்துண்டை இரவல் ஈய்ந்தது

இரவல் வாடி கட்டிய நீ
இரக்கமற்று
என் கடலருகு ஊர் அள்ளி விழுங்கினாய்

ஒப்பந்தம் கிழிபட்டுத் துடிதுடித்தது
படகுத்துறை மீது
உப்புக் களமாய் கரித்துக் கிடக்கிறது
என் கடலருகு ஆதி ஊரின் அழகு

நீ
எல்லையில் நின்று துரத்தி அடிக்கிறாய்
துயரிலும் பெருங் கடல் துயரமாய்
துடுப்பற்றுத் தத்தளிக்கிறது
என் வாப்பாவின் வாப்பாவின் கிழப் படகு

எனினும்
எனதும் வாப்பாவினதும் கனவின் ஆழத்தில்
ஆதிப் படகு நிலச் சொந்தக்காரர்களின்
பிள்ளைகளின் பிள்ளைகளினது
இரத்தம் படிந்த இளம் படகுகள்
கடலில் இறங்கி பூரிக்கின்றன

2012 டிசெம்பர் 15

## இசைத்தல் மரத்துப் போன பியானோ

இசைத்தல் மரத்துப்போன பியானோவின் நரம்புகளில்
நினைவுகள் மீளமீளச் சுண்டுகின்றன
காற்றின் அதிர்வை ஒளித்து வைத்துக்கொண்டே
நீ மெல்லிய குரலில் நாதம் இசைக்கிறாய்
பியானோவின் இசையாய்
நிரம்பி வழிகிறது என் மௌனமும் கவிதையும்
இனி
மீத்துயர் கவியும் வரள் மனசில் இருந்து
நீ எதை மீட்டல் கூடும்
இசைத்தல் மரத்துப்போன பியானோவின் நரம்புகளில்
மீளவும் உயிர்ப்பது என்ன
வசீகரத்தின் லாவண்யம் பூரிக்க
நீ
மேலும் ஒரு காதை தூரம் பறக்கிறாய்
சிறகுகளும் இசைக்க யார் கேட்டல் கூடும்
கரித்துப் போன நானும் நாளும் நரம்புகளுமாய்
அலைந்து திரிகிறது
மௌனம் போர்த்திய காற்றும் காலமுமாய்
இற்றைப் பொழுது

2013 ஆகஸ்ட் 29

## வன்முறையால் நிழற்றப்படும் பொழுது

பொழுது
எல்லோருக்கும் முன்னால்
வெள்ளைத் தாளாய் விரிந்து கிடக்கிறது
வர்ணங்கள் நிரம்பியிருக்கும் காலத்தின் குவளையிலிருந்து
ஒவ்வொருவரும் அள்ளி எடுக்கின்றனர்
வெவ்வேறு நிறங்களிலான ஒவ்வொன்றும் பலதும்

அவரவர் வசமென முகிழ்க்கும் சுயங்களைப்
பூசுதல் தொடங்குகின்றனர்
சிலரிடம் இருந்து
அழகிய பூக்கள் நிலவினது சிறு துண்டு
புறாவினது சிறகின் நுனி
வேரில் இருந்து துளிர்க்கும் வியர்வையின் துளியென
ஓவியங்கள் விரிகின்றன
மேலும் பலரிடமிருந்து
கொம்பு முளைத்த கொடிய விலங்கு
புறாவைத் துரத்தும் கழுகின் கால்கள்
படம் எடுத்து ஆடும் விஷம் பூசியதான அரவம்
ஆழிப் பேரலையின் இரைச்சலோடு எழும் பயங்கரம்
ஆயிரம் தலைகொண்ட ஒரு பேயென
கூத்தென நிகழ்கிறது

வன்முறை வெடிக்கிறது
வெடிப்பின் வலியில்
பீறிடுகிற ரத்த நிறத்தில்
மனங்களிலும் கொதிநிலை
நீயும்
வன்முறை கொண்டு நிழற்றுகிறாய்
பெரும் பொழுது

நீ வீசியெறிந்த வலையில்
சிக்கித் துடிக்கும் சிறு மீனாய் கிடக்கிறது
பொழுதும் பொழுது மீதான
எனதான அத்தனையும்

2013 செப்டம்பர் 5

## வனாந்தரங்களில் பசித்தலையும் காதல்

அ.
வெறும் வனாந்தர வெளி
சீறு செடியும் இல்லை இலையும் இல்லை பூவும் இல்லை
வெக்கை காற்றில் அனல் வீசுகிறது
சுனைகளும் வரண்டன
வெடித்த தரையில்
கால் ஊன்றவும் ஒண்ணாத் துயர்

இலைத் துண்டையோ மிடர் தண்ணீரையோ
அவாலியபடி அலைகிறது
ஆட்டுக் குட்டி

ஆ.
பேதங்களால் கட்டமைக்கப்பட்ட இருப்பு
அடக்குமுறை வேரோடி
நம்பிக்கை வெந்து கிடக்கிறது
மனிதமும் செத்து வீழும்
பாழ்நிலத்தில்
பசித்தலைகிறது நெடுங் காதல்

2013 செப்டெம்பர் 08

## கழுத்தை நெரித்துக் கொள்பவன்

காலம் செக்கனாய்ச் சுருங்கி
கடுகதியாய் வியாபிக்கும் செக்கல் பொழுதொன்றில்
கழுத்தை நெரித்துக் கொள்பவனைக் கண்டேன்

எல்லாச் சங்கடங்களும் விரித்துப் போட்ட வலையில்
சிக்குண்டு வெளியேறத் தவிப்புற்றான் அவன்
அவனைப் பற்றிக் கவலை உறுவார் இல்லை
சிக்குண்ட சங்கடங்களிலேயே தனித்து அலைகிறான்

அவன் அலைவுறும் தெருவில்
முட்கள் புதிது புதிதாய் முளைக்கின்றன
திசைகள் வேறுவேறு காட்டி முடக்குகின்றன
அவனிடம் எல்லைகளுண்டு எனினும்
அலைவுறுதல் தவிர்ப்பதாய் இல்லை

அவனது தோட்டத்தில் பூக்களும் இல்லை
கணம் என வீசும் தென்றலையும் காணோம்

அவன் வினையாற்ற முனையும் கருமங்களில்
வந்தமர்கிறது அயர்வுறும் இயலாமை
அல்லது கருமைப் பூச்சு விழுகிறது
முகமூடி அணிந்து சிரிக்கும் முகங்கள்
முகமன் கூறி குழி தோண்டுகையில்
அவன் புதைவுறுகிறான்

அவன் சிரசின் மேல் கல்லாய்க் கட்டி
சுமத்தப்பட்டிருக்கிறது ஒரு தொகைத் துயரப் புத்தகம்
துயரத்தைப் படித்து முடிப்பதற்காய்
வெகு தூரத்தில் மெல்லத் துளிர்க்கும்
ஒளிப்பூச்சு அவாவை நோக்கி மேலும் முயலுகிறான்

காற்று ஒளிப் பூவை உதிர்க்கிறது
அவன் மீது மேலும் படர்கிறது துயரக் கொடி இருள்

மறுபடியும் செக்கல் பெருத்த கரும்பொழுது ஒன்றில்
அவனைக் காணுகிறேன்
கழுத்தை நெரித்துக் கொள்ளும் அவன்
குரல் அடங்கிக் கிடக்கிறான்
அவன் பெரு மௌனத்தின் மீது
கருங் குரங்குகளும் தெரு நாய்களும்
கழுகுகளும் கழுதைகளுமாய்
கூத்தொன்று நிகழ்கிறது

காலக் கொழுக்கியில்
புழுவாகிறான் அவன்

2013 **டிசெம்பர்** 11

## துப்பாக்கிகள் வர்ணந் தீட்டுகின்றன

சிவப்பொழுக செதுக்கிய ஓவியங்கள்
சாட்சியாய் அலைகின்றன

ஓவியங்களில்
மரக்கறி விற்பவர்கள்
சோற்றுப் பார்சலையும் அரை விலையில் ஈய்கிறார்கள்
அன்னதானம் இடுகிறார்கள்
சிலபோது சிரமதானத்திலும் ஈடுபடுகிறார்கள்

ஊர்களைப் புதிதாய் வர்ணமயமாக்க
றோட்டுகள் போடுகிறவர்கள்
பாட்டுக் கச்சேரியும் வைத்துக் குதூகலிக்கிறார்கள்
அவர்களில் சிலர்
சக்கர நாற்காலிகளுக்குள் இருப்பைச் சுருக்கி
சிலையாகிக் கிடக்கின்றனர்

சிவப்பொழுக சித்திரங்கள்
சாட்சியம் சொல்லுகின்றன

இடிபாடுகளிடை செப்பனிடத் தொடங்குகையில்
ஒப்பாரிகளும் சாபங்களுமாய்
அந்தரித்து உலாவுகின்றன ஒரு யுகத்தின் சாட்சியம்

நகரங்களை நிர்மாணிப்பதாக
நிலங்களைத் தோண்டுகையில்
முன்னம் ஒருக்கால் கால் ஊன்றிய பொழுதில்
புதைத்த புனித எச்சங்கள்
புதிய ஓவியங்களாய்
மீளவும் சாட்சியம் சொல்லுகின்றன

2014 மார்ச் 23

# உயிர்ப்பு 2

எனக்குள் மிக அதிகாலையாய் கூவுகிறாள்
இருளில் இருந்து இதயத்தை
வெளியே எடுக்க முடியாது தவித்து அலைகையில்
ஒளியைப் பூசியபடி பூரிக்கிறாள்

அவள் இசைக்கும்
அன்பு கலந்ததொரு உயிர்ப் பாடலில்தான்
எனக்குள் மீளமீள விடிகின்றன
ஆயிரத்தோராவது அதிகாலையும்

குழந்தை
எனக்குள் சூரியனை ஏற்றியபடி
மீண்டும் பிரகாசிக்கிறாள்

2014 ஜூன் 27

## வனச்சிறகு

வனமாகிக்கிடக்கின்றேன்
பெருங்காடு
கனவில் நுழைந்து
காயும் கனியும் இலையுமென உண்டு பெருக்கின்றன
வேர்வரைப்பரவி
சாறுறிஞ்சி பெருந்தாகம் தணிக்கவென
தனித்தலைந்த கணங்களில்
சொற்கள் பெருவனமாகி
திசை தெரியா விசையில் சிதறுண்டு சொரிகின்றன
காய்ந்து சருகாய்
தவித்தலைகிறது மீண்டும் காலம்

பொறுக்கிய சொற்களில்
புதிதாய் விருட்ஷம் செய்து வேர்நாட்டி
தனக்குள் கிளைகள் முளைத்தெழும்
பெயர் தெரியா மரங்களிடை பெருகிய
கருங்காலியாய் நிற்கிறேன்
நான்

வனமாகிக் கிடக்கும் பெருங் காடு நோக்கி
அக்னிக் குஞ்சொன்று சிறகு முளைக்கிறது

## ஒரேயொரு மழை வெவ்வேறு நிறங்களில் பெய்கிறது

ஒரேயொரு மழைதான்
வெவ்வேறு இடங்களில் வெவ்வேறு நிறங்களில்
பெய்து கொண்டிருக்கிறது
திடீரென ஒரே இடத்தில் வெவ்வேறு பொழுதுகளில்
வெவ்வேறு நிறத்தில் பொழிகிறது பெருமழை
சிலபோது
வெவ்வேறு ஆட்கள் மீது
அல்லது ஒரேயொரு ஆள் மீது
பல்வேறு நிறங்களில் பரவுகிறது அதே மழை

அன்றும் பெய்யும் போது
கடைத்தெருவெங்கும் தீ மூட்டி எண்ணெய் வார்த்தது
அலைந்து திரிபவர்களின் ஜுப்பாக்களிலும் ஹிஜாப்களிலும்
மழைத்தீ சுட்டது
இது சிவந்த மழை
ரத்தம் சொட்டச் சொட்ட நனைதலே விதியெண்ணி
நாவிறைத்துப்போன சனங்கள் மேல்
மேலும் மழை
காவி நிறத்தில் பெருக்கிறது
பாவிமழை பரவி
பகல்களைக் கொன்று இரவுகளைத் தின்னுகிறது

படுக்கையை சுருட்டி தலையில் புதைத்தவாறு
மேலும் மேலும் அலைதல் தொடர்கின்றன
பர்தா போட்ட வீடுகளும்
தாடி நீண்ட கடைகளுமாக
மழை பற்றிய தலைப்புச் செய்திகளுடன்
புறப்படுகிறது பெரும் புயல்
அது மழையின் நிறங்களில் தீவிரமேற்றுகிறது
முன்னமிருந்த கோவில்களின் மணியோசையும்
இப்போதில் மசூதிகளின் பாங்கொலியும் அடங்கிட
இந்தக் கொடூரமென்ற கனமழை
இங்கில்லா வேறிடத்தில்
வெள்ளை நிறமெடுத்து மிக அமைதியாய்ப் பூக்கிறது
பன்சலைகளின் பிரித்தோதலும் அடங்காவெளி
நனைகிறது சாந்த மழையில்
மழையின் கொடுங்கோல் குறித்து
மரங்கள் திசைபரவிக் கொதித்தெழுகையில்

நேற்றுக் காவி நிறத்தில் பெய்து
எல்லாமுமாய் அழித்துவிட்டுப்போன அதே மழை
மெதுவாய் வெள்ளை நிறத்தில் வந்து
எரித்துவிட்டுப் போன சாம்பலையள்ளி
புனர்நிர்மாணம் புரிதல் கண்டு
பூரிக்கின்றன சில காளான்கள்

மழையின் நிறங்கள் பற்றி
இன்னும் அழுகிறது வானம்

**2014 அக்டோபர் 20**

## காற்றுக்கு ஒரேயொரு கலர்தான்

நிறமில்லை இனமில்லை
காற்றுக்கு வேறுபாடே கிடையாது
காற்றினதும் உயிர் மொழி சுதந்திரம் என்பதுதான்
எனினும்
இந்தக்காற்று வீசத் தொடங்குகையில்
வேறு வேறு மாயாஜாலம் காட்டி கூத்தாட்டம் புரிகிறது

காற்றுக்கு வெவ்வேறு வடிவங்களா
வாயடைத்து அழுதது வானம்

சற்றைக்குள் காற்று நீல நிறமானது
அது
கடல் குடித்த திமிரோடு
வானத்தை விழுங்கிய கெமையோடும் வீசியது

காற்று வீசவும் அதற்குச்சாமரை வீச எழுந்த
ஒரு நூறு மரங்கள்
காற்றிலிருந்து உதிரும் நீலத் தூசுகளை
அள்ளித்தின்று உடல்பெருகக்கத்தொடங்கின

மீளவும் நீலாம்பரித்துக்கிடக்கும் உடல் மீது
நீலாம்பரி மகுடியெடுக்கிறது காற்று

காற்று நேற்று பச்சையாயிருந்தது
பச்சைக்காற்று வெறும் வெற்றுப்பேச்சுக்காற்றாய் வளர்ந்தது

அது படர்ந்த திசையில்
குளிர்மை கிடையாது குதூகலமும் குன்றியது
நம்பிக்கையிழந்து கிடக்கிறது தும்பிக்கையிழந்து

காற்றுச் சிலபோது
சிவப்பு மஞ்சள் மெரூன் காவி
அன்றேல் வேறும் புது நிறமெடுத்து வீசலாம்
திசையும்மாறி

நான்
நிறக்காற்றுக்களால் உயிரடைத்துக் கிடக்கிறேன்
வெள்ளைக்காற்றை அவாவியபடி
மேலுந்திப் பறக்கிறது என்னுள்ளெழுந்த சிட்டுக்குருவி

2014 ஒக்டோபர் 25

## வீடு பெருத்தவன் பாடு

வீட்டைத்துறந்து திசையுமற்று நடக்கலானேன்
கால்கள் தங்கிய இடத்தில்
முகாம்கள் பெருத்தன தென்னங்குடல் பெருக்கி
ஊர் உறைந்தது
பதினாறடிதான் நீளம் பத்தடி அகலமென
குடிலில் ஒடுங்கிற்றுப் பெருந்தசாப்தம்
கேள்விக்குறியென தலை முறிந்து தொங்கிற்று
மிக இளமையும் ஊரிழந்த பெருந்தவிப்பும்
எதுவுமற்றதான காலத்தின் குந்தியிருப்பு அழுதிற்று
அடிமனசுள் மண்ணற்ற நிலத்தின் நினைவும் கசங்கி

தசாப்தங்கள் சுரைந்துருமாறிய போது
முகாம்கள் கரையத் தொடங்கின
பத்துப்பேச்சில் மெல்லக் காலூன்றித்
தலையெடுக்க எண்ணிற்று வாசம்
கொட்டிலாய் வீடுகள் முளைப்பெடுத்தன

தசாப்தங்கள் கடக்கையில்
கல்லில் வீடுகள் பல்கிப் பெருகின
குட்டிகளும் இட்டன இடைவெளி நிரம்பின கணம்
நந்திக்கடலில் கரையொதிங்கிற்றுக் காலம்
வேர் பிடுங்கி நிலமொட்ட முனைதலில்
மேலும் குடும்பங்கள் சிதறின
அங்கொன்றும் இங்கொன்றுமாய் காலத்தினிடை
இடர்படு கோலம் மேலுமாயிற்று
அதனிடை புழுவென துடித்திற்று
வாழ்தல் எனும் பேறு மண்ணொட்டி

இங்கொரு இழப்பெனில் ஊர் திரண்டு வரலும்
அங்கொரு சிறப்பெனில் திருப்பி ஏகலும் என
அங்குமிங்குமாய் அங்கு என்பது இங்கு
இங்கென்பது அங்கு என எதிர்சுட்டியும்
ஒருபோது
அங்கொருகாலும் இங்கொருகாலுமென
அலைதல் இன்னும் உழல்தலாயிற்று
நந்திகடலின் கரையொதிங்கிய காலத்தினிடை
சிதறுதல் கூடிற்று
ஒரே குடைநிழலில் நின்றோங்கிய அற்றைவாழ்வு
முன் தசாப்தத்தின் முன்பே
முடிந்ததாயிற்று
நெஞ்சுகள் கனத்தன

கலாசாரம் பண்பாடு வாழ்தல் எனும் பொறிமுறை
பொறிக்குள் அகப்பட்டுப் பட்டுப்போனதாய்
துயரூறிற்று
தனித்தலையும் கணங்களில்
தலைமுறை இடைவெளியின் தருணங்கள் கனத்தன

இனியென்ன செய்தல் தகுமினி
நினைவுகளின் பெரு வெளியில்
நனைதல் தவிர்த்து
மனசுள் துடித்ததொரு நெடுங்காலமழை

2015 ஏப்பிரல் 17

## வனச்சொல்

முதலில் அவர்கள் சொற்களைத் தீண்டினர்
வார்த்தையும் வெளிவர முடியா
வாய்க்குள் பொத்தித் தைக்க முயன்றனர்

நான்
எனது சொற்களை யாவரும்
அறியவொண்ணாதபடி ஒளித்தேன்
ஒளித்து வைத்த இடத்திலிருந்து
அரும்பத் தொடங்கின
நான் வியந்து போனேன்
எனக்குள் நம்பிக்கைகள் பெருகின

கடுங் காலடியோசையில்
எனது சொற்கள் வெதும்பத் தொடங்கின
எனது சொற்களின் உட்கதவுகள் அசைந்தன

உள்ளே நுழைந்தவர்கள்
எனது மெல்லிய கைகளைக் கைது செய்தனர்
எனது நீள் பார்வையைக் கொலை செய்தனர்
எனது காலடிச்சுவட்டையழித்தனர்
எனது மௌனத்தைக் குலைத்தனர்

எனது மனசுக்குள் துடித்த சொற்கள்
வனமாகி வளர்ந்தன
வனமாகிப் பெருத்த சொல்
கடுங் குகைகளின் மூச்சையடக்கிற்று

2015 மே 05

## கொல்லப்பட்ட சொல்லின் சாம்பலில் துளிர்த்தல்

கொல்லப்பட்டிருக்கிறது
எனது மௌனத்தின் கடைசிவார்த்தை
எவரிடமும் பரிமாறிக்கொள்ளாமல்
அடிமனதில் கிடந்து துடித்து
எப்போதாவது வெளிப்பட்டு வெடித்தெழும் என்றொரு
எதிர்பார்ப்பில் எனக்குள் சேகரமான
அந்த வார்த்தையின் அர்த்தமும் பயனற்றுப் போயிற்று

அர்த்தமற்றுப்போன ஜீவிதம் பற்றி
பேசவொண்ண பொழுதொன்றில்
அவர்கள் அந்த வார்த்தையைக் கொன்றனர்
நான்
உணர்வற்று உயிருமற்றுத் துடித்தேன்
கொல்லப்பட்ட வார்த்தை மீது
என்
இதயத்தை மூடி
இனிப் பிறிதொரு தருணத்தில்
புதிய வார்த்தையொன்றின் துளிர்வுக்காய்
இவர்கள் மூவரும் வளர்ந்திருப்பர்

கால்கள் இல்லை திசைகொண்டு நடப்பதற்கு
கைகளுமில்லை நம்பிக்கையுடன் வினைமுற்றி மீள்வதற்கு
முகத்தின் மீது ஒரு நூற்றாண்டின் தழும்பு
வழிகிறது

2015 ஓகஸ்ட் 06

## முடக்கால் குத்தி நிமிரும் நம்பிக்கையும் இத்துப்போன காலமும்

இடர்புதர் நீவிக் காலூன்றுகிறேன்
ஆதிவேரோடிய நெஞ்சில் மீளத் துளிர்க்கிறது
நினைவொட்டிய பிஞ்சுமண் குருத்து
என் மகனினதும் மகளினதும் கைபிடித்து
நடந்தேகுகிறேன்

வாப்பாவின் வாப்பாவின் வயல்வெளியும் பூரிக்க
நீராவிப்பனிநீரில்
நீராடி
களிகொண்ட இளங்காலப் பொழுதும்
பொன்னிவண்டுச் சிலிர்ப்புமென
ஆதிவேரோடிய நெஞ்சில் மீளவும் துளிர்க்கிறது
நினைவொட்டிய பிஞ்சு மண் குருத்து

உம்மும்மா கிண்டிய ஈரப்பனம்பாத்தியை
குழந்தைகள் ஆச்சரித்துப் பார்த்திருக்க
நாவூறக் கிளறுகிறேன்
கிழங்குகள் கிளர்ந்ததில்லை
முகங்கறுக்க ஊமக்காய்ச்சியாய் கொட்டுண்டு கிடக்கிறது
காலம்

என் மகனினதும் மகளினதும் கை பிடித்து
நடந்தேகுகிறேன்

புத்தளத்து உப்பளத்துக் குடிலில் பெய்த அதே மழை
மீளக் குடியேறிய கொட்டிலில் வழிகிறது
கிணறு தோண்டுவதற்கும்
கக்கூசு குழி வெட்டுவதற்கும் மட்டுமென
தொப்பிபோட்ட என்ஜியோக்களும் அலைகிறது

ஒரு சட்டகத்துள் உள்ளுறைந்த கலாசாரத்தின் உயிர்த்துடிப்பு
கட்டுடைத்துக் கலர் கலராயும்
கலர் மங்கிக் காவியாயும்
மனசில் சிதழூறுகிறது நெடுந்துயர்

பன்னிரெண்டாயிரத்துச் சொச்சம் பெரும் பொழுதென
பெருகிய துயரிடை அந்தரித்துத் திரிகிறது
முள்ளாய் உறுத்தும் இருப்பு

ஏப்பமிட்டாயிற்று
என்மனமும் என்சுற்றமும் என் எல்லாமுமாக
ஏதிலியான நிலத்தில் முடக்கால் குத்தி நிமிர்கிறது
நம்பிக்கையொளி பூசி தூரத்தே மின்னுகிறதான
நாளை

**2015 ஒக்டோபர் 26**

## பூட்டிக்காகம்

பூட்டி முத்தும்மா
வெள்ளை சீலையுடுத்து முக்காடிட்டிருந்தாள்
காலைப் பொழுதொன்றின்
வாசல் மர வாகையில் காகமும் வெள்ளையாயிருந்தது

பூட்டி விடியப்புறத்தை எழுப்பிவிட்டாள்
பஞ்சுப் பொன்விரல்கள் தடவ
நான் விழித்தெழுந்தேன்
வாப்பாவின் வயல் குருவிகளும்
பூட்டியோடு சேர்ந்த புளகாங்கித்தன

நம்பிக்கையோடு பூட்டியின் ஊன்றுகோல் தடத்தில்
நானும் நடந்தேகினேன்
உழைப்பின் வேர்வைத்துளிகள் வழிய
வயல்ப்புறத்து எருதுகள் முக்காரத்தோடு திரும்பின

அலையின் வெண்நுரைகள் பூரிக்க
கடல் பருகிய திமிரோடு
அப்பாவின் துடுப்பு கரைதட்டியது
பூட்டி நீராவி கடந்து கொட்டிப்பீலிக்கரையில்
கொட்டுண்டுகிடந்த
பனங்கொட்டைகள் பொறுக்கினாள்
பனம்பாத்தியின் மனமகிழ்வு
பொன்னியும்மாவும் உம்மம்மாவுமாய்

வாசல் மர வாகையில்
வெள்ளையாயிருந்து காகம் அழைத்தது
வாகை சூடிய மனசோடு
நான் வீரார்ந்த பொழுதுகள்
என் காலடியில் சருகுகளாய்க் கொட்டுண்டு போக

காகம் கறுப்பாயிற்று
என் மனசிலும்

வெள்ளைச்சீலை முக்காடிட்டு
வாசல் மர வாகையில் காத்திருக்கிறது பூட்டிக் காகம்
காகத்தின் சிறகில் படிந்த ரத்தத்துளி
இன்னும் காயவில்லை

2016 மார்ச் 22

## வனச்சிறகனைத் தின்ற பேய்கள்

என் இரு இறக்கைகளிலும்
ஆறுகளும் காடுகளும் நிரம்பித் ததும்பும் ஒரு காலம்
ஆற்றுப்படுக்கையெல்லாம் மண் பொங்கி நின்றது
தீரங்களில் வேம்பு தேக்கு முதுரை வீரை கருங்காலியென
விருட்ஷங்கள் நின்றுயர்ந்த வனங்களினூடாகப் பறந்தேன்
வனச்சிறகனாகி
மணலும் மரமுமாய் சிறகு கொண்டெழுந்த
என் பாலியமும் பாலியாற்றில் குதூகலித்தது

பின்னொரு காலம்
ஆயிரம் கைகளோடு கடும்பேய்கள் வெளிப்பட்டன
மணல் அகழ்ந்து தின்றன
மரங்கள் வெட்டி விழுங்கின
ஆறுகளை உறிஞ்சிப் பருகி வயிறு வளர்த்தன
வரண்டு வெடிப்புற்ற குளங்களிலெல்லாம்
வரால்களும் கொக்குகளும் உயிர் வற்றிப்போயின

நான்
ஆத்திரத்தில் அஸ்திரத்தை
பேய்கள் மீது ஏவினேன்
சப்பாத்துப் போட்ட பேய்களும்
'ரை' கட்டிய பிசாசுகளுமாய்
விதவிதமாய்ப் பெருகின

என் வனத்தின் சிறகுகளெரிந்தன

முது பேயாகி அலைகிறது
என் மனம் வனமெங்கும்

2017 பெப்ரவரி 04

(வன்னி நிலப்பரப்பில் மண் அகழ்வு, மரம் அழிப்பு என்பன திருட்டுத்தனமாய் நிகழ்ந்து வருவது குறித்து எழுந்த கோபத்தின் வெளிப்பாடு)

# பிலக்குடி

நிலம் மீதான அவாவின் வேர் நீண்ட காலடியாய்
பிலக்குடியெங்கும் உயிரோடித் திரிகிறது
நரம்புகளும் பொங்கி வழியும் துடிப்பில்
காத்துக் கிடத்தலென்பது இனிதாயிற்று

ஆச்சியும் அப்புவும்
வேர்க்கால் நட்டு வியர்வையூற்றி வளர்ந்த குடியில்
பேரனும் பேர்த்தியும் பேரவாக் கொண்டு
அகரம் விதைந்தெழு விருட்ஷமென வாழ்தல் வேண்டும்

ஆவலின் ஈர்ப்பில் நம்பிக்கைகள் தொலைய
தெருவில் கூடிற்றுக்குடி

மூத்த குடி காத்த மண்ணை மீளக்கொணர்தல் குறித்து
சிந்தித்தல் எங்ஙனம்
கண்ணீரால் நனைகிறது பிலக்குடி

நிலம் வாழும் உரித்து
உரித்தெடுக்கப்படுகையில் நிர்வாணமாகி
நிராயுதிகளாய் கூனுதல் குறித்து
சிலிர்த்து
அவர்களுக்குள் நிறக் கதைகள் ஆயிரம் நிகழ்ந்திற்று

இனி வீதியில் தம் நிறத்தின் குடிபெயர்க்க
புதுத்தெம்புடன் கிளர்ந்தனர்

கேட்பாரற்றுப் போதலில் கேட்ப்பாபிலவுக் கேவல்
திசையெட்டிக் கேட்க

பழையபடி
தேக்குமரத்துக் கிளையிலொரு காகம்
தாகத்தின் புதுக்காலையைக் கூவும்
நம்பிக்கையில் நிமிர்கின்றன
கடும் இரவுகள்

(முல்லைத்தீவு மாவட்டத்திலுள்ள பிலக்குடி என்ற தமிழ் கிராமம் விடுவிக்கப்பட்டதன் நினைவாக எழுதப்பட்டது)

2017 மார்ச் 01

# பதாதைகளிலுறையும் மூச்சுக்காற்று

முகங்களின்னுமில்லை எங்கென்ற முகவரியில்லை
எப்போதென்ற முடிவில்லை

கறுத்த
சிறைக்கூடங்களின் கம்பிகளில் தொங்குகிற
இதயங்களில் கேட்கும் ஓலங்களில் சிறு நம்பிக்கையும் ஏது

வீதிதோறும் அலைகிறது
ஒவ்வொரு அம்மாவினதும்
ஒவ்வொரு அப்பாவினதும்
ஒவ்வொரு உறவினதும்
கண்ணீர் பட்டுத்தெறிக்கும்
ஒவ்வொரு பதாதையிலும் இழப்பின்
மீது படிந்துறையும் துயரிருப்பின்
பதைபதைப்பு

என் மனதின் பெருங்கொதிப்பெனினும்
ஓலச்சொற்களில் வழியும் கண்ணீர்
துடைப்பாரெவர்

சர்வமும் ஒடுங்கிற்று

பதாதை
பதாதையேந்திய கை
மாரடித்த வார்த்தை
காவல்குடில்
காத்திருப்பின் துயர் காலம்
தவிர
ஏது மீதமென்பாய்

2017 மார்ச் 22

## அஸன்வளவில் வேர் மண்டிய ஈரக்காலடி

வளவுக்குள் வைத்த கடைசிக் காலடியை
எடுக்கமுடிவதில்லை
தவிப்புற்ற வறள்தாகக் கொதிப்பில்
தீய்ந்து போகிறதென் இதயம் மறுபடி கருகி

பனங்கிழங்கின் பிரிக்க மேலெழும் பிலியாய்
பிஞ்சுக்கால்கள் பரப்பி அடர்ந்தேறிய மகிழ்பொழுதுகள்
நினைவில் கிடந்து துடிப்பெடுகின்றன

வேர்மண்டிய காலடியின்
நரம்பிலேறிப் படர்கிறது உணர்வின் ரேகை
உம்மாவின் உம்மாவின் கனவில் நிமிர்ந்த
கருக்குப்பனை
தலைமுறிந்து தலைமுறை இடைவெளி பேசிற்று பின்
பேய்க்காற்றில் மௌனித்துப் போயிற்று

தொட்டாச்சிணுங்கி முகிழ்ந்த
ஒற்றைழிப்பாட்டில் தொடரறுந்து நடக்கிறேன்
பேரற்ற எதுவோ அடர்ந்த அடித்தடத்தில்
பாம்புகள் பொங்கியெழுகின்றன

அஸன்வளவின் ஈஸான மூலையில்
நச்சு நிரம்பிய கள்ளிச்செடியொன்று
காலில் தைக்கிறது
என்
கழுத்தை நசிப்பதான இருபுற வேலிகள் நெருக்கின

எலும்புக்கூடும் சிதறிற்று
கலக்கத்தில்
காலடியை எடுத்து வெளியே எறிகிறேன்

வாப்பாவின் வாப்பாவின் வாப்பாவின் ஈரக்காலடி
உக்கிப்புதைந்த என் சுவட்டில்
முளைத்தெழுகிறது சின்னக்காலடிச்செடி மூன்று

2018 மார்ச் 22

## பொன் அந்தித்தெருவும் நான்கு திசையும்

சூரியன் மஞ்சள் வர்ணத்தைப் பூசி மெழுகிற்று
ஆசீர்வதிக்கப்பட்ட சொற்களால் நிரம்பியிருந்தது
பொன் அந்தித் தெரு
முகமன் செய்துகொள்ளும் ஒவ்வொரு கணமும்
நெஞ்சுக்குள்
ஈரம் சுரக்கும் ரத்த பந்தத்திலூறிய தெரு
முகங்களில் உண்மை பூத்திருக்கும்
கரங்களில் முயலுமை பூத்திருக்கும்
கால் தடங்களில் நூற்றாண்டுச்சேதி
வேர் கொண்டிருக்கும்
வியர்வைத்துளிகளால் பன்னீர் தெளித்த நேற்றைய தெரு
மசூதியின் பாங்கொலி மஃரிபு வானத்தில் முழங்கும்
ஊற்றங்கரை பிள்ளையாரடி மணியோசை மனசிலூறும்
தேவாலயத்தின் திருப்பலி ஒப்புக்கொடுக்கும்போது
ஆமேன் ஒலிக்கும்
அரச மரத்தடிவிகாரைக்குள் பிரித்தோதல் தொடரும்

புன்முறுவலால் இருமருங்கும் பூத்திருந்த
நேற்றைத்தெருவில்
எல்லாமும் தொடர்பறுந்து போயிற்று
ரத்தத்துவிகளால் கண்ணீர் இறைத்தது இற்றைத் தெரு
ஆசீர்வதிக்கப்பட்ட சொற்களால் நிரம்பியிருந்த
பொன் அந்திந் தெரு
மனசுள் கருகிப்போயிற்று

2019 பெப்ரவரி 04

## ஒளிகொண்ட வார்த்தை

நுரைத்து நுரைத்து பால் பொங்குதல் போலொரு
வார்த்தை
ஏழ்கடலும் பிழிந்தெடுத்த ஒரு துளி அடர்த்தியென
அத்தனை குளிர்ச்சி எனக்குள்
மேகங்களைப் பற்றிக்கொண்டு மேலெழுந்து மிதந்தேன்
ஆயிரம் மின்னல்களால் ஒளிர்ந்திற்று
மா கடல்
வானவில்லெடுத்து கிறுக்கல் ஓவியம் தீட்டினேன்
பூமியின் மேனியில் அழகின் ரேகை
நட்சத்திரங்களை உலுப்பினேன்
பொலுபொலுக்கத்தொடங்கிய
ஒளி வெள்ளத்தில் மின்மினிப்பூச்சிகளிலொன்று உன்
வதனத்தில் அமர்ந்தது
அதனிடமும் கற்றிருக்கலாம்
அந்தவொரு வார்த்தை

கொஞ்சம் முந்தித்தான் வண்ணத்துப்பூச்சிகள்
அவ்வழியால் பறந்திருக்க வேண்டும்
நினைதலை மீட்டிடும் சிறகுகளில் வழிகிறது
வர்ணங்களின் களிம்பு
ஒரேயொரு வார்த்தை
பால் பொங்குதல் போலொரு உணர்வு

2020 ஜனவரி 10

## சோனியன் காலம்

சேற்றில் விழுந்து முகங்குப்புறக்கிடக்கும்
சோனியன் நான்

அப்பிய சேற்றில்
உறிஞ்சிக்குடித்து வயிறு பெருக்கும் கனவு

முகத்திலப்பியசேற்றை வழித்து
நெஞ்சில் தடவும் திமிர்

சேற்றில் முளைத்த ஊத்தைச்சொற்களை
ஊரில் விதைக்கும் ஞானியன் நான்

சேற்றில் அமுங்கித் திமுறி
மூச்செடுக்கையில்
மூன்றாம் தலைப்பாம்பு சுற்றியென்னில்
விஷமுந்தடவும்

சேற்றுப்புழுவாய் நெளியும்
உம்மத்தின் உசிரைக்குடிக்கும்
மசிரும் புடுங்க முடியாப் பாக்கியசாலி

நான் முள்ளந்தண்டுமில்லாச் சோனியன்

தெரிந்து கொண்டே
சேறள்ளி என்னை முகங்குப்புற பூசிற்று
காலமெனும் பூதம்

2020 **ஒக்டோபர்** 22

## ஒரு கோடிச் சொற்களின் சிறகு

ஒரு கோடிச் சொற்களின் சிறகுகள்
எனது கூட்டிலிருந்து
குரலையள்ளிப் பறக்கிறது
குருவியின் சிறகில் உந்தித்தெறிக்கின்ற
ஒரு கோடிச் சொற்களும்
பலகோடி நிறக்கனாக்களுமாக
காற்றெழுதிய மென்மொழியில்
மெழுகப்பட்ட பாடலொன்றை இசைக்கிறது
என் குருவி மனசு

2020 டிசம்பர் 21